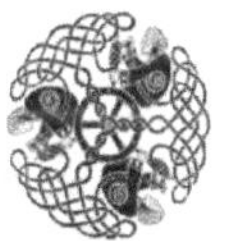

--Làm thế nào bạn có thể chiếm được một tiếng đồng hồ vừa kịp lúc?

Marae O'Conaire đã có một rắc rối lớn hơn nhiều khi đồng hồ của cô dừng lại ở 3:57. Khi cô mang đồng hồ đến gặp một người thợ kim hoàn để sửa, cô biết cô như đã giành được một giải thưởng đặc biệt, một cơ hội để được sống lại một giờ duy nhất của cuộc đời mình. Nhưng số phận luôn có những quy định hà khắc khi cho phép con người đi xen vào trong quá khứ, cũng như những dự báo rằng cô không thể làm bất cứ điều gì để thay đổi qua khứ. Liệu Marae có thể sửa đổi lại sai lầm đã làm cô ân hận nhất trong cuộc đời?

"Một câu chuyện cảm động. Có được cơ hội để sửa đổi lại sự hối tiếc sâu sắc nhất trong quá khứ là một trong 1ang cơ hội hiếm nhất" -- Nhận xét của độc giả

"Một câu chuyện cảm động và kịch tính ... nếu chúng ta có một cơ hội để thay đổi quá khứ, liệu chúng ta sẽ thực hiện?" Nhận xét của độc giả

"Một cảm động ngắn bi thương bắt nguồn từ chủ đề từ thần thoại Bắc Âu. Thời gian là một món quà, và đôi khi, cũng một cơ hội cuối cùng ..." -- Nhà văn Dale Amidei.

Bạn có thể làm được điều gì một lần nữa?

Người thợ đồng hồ

(Truyện ngắn)

Tác giả
Anna Erishkigal

Phiên bản tiếng việt

SERAPHIM PRESS

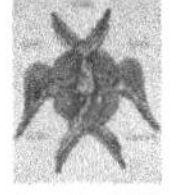

Cape Cod, MA

Được xuất bản bởi Seraphim Press, Cape Cod, Massachusetts, Hoa Kỳ.

www.seraphim-press.com

Phiên bản bìa mềm (SP paperback):
ISBN-13: 978-1-949763-31-7
ISBN-10: 1-949763-31-5

Phiên bản điện tử: (ebook):
eISBN-13: 9781943036301
eISBN-10: 1-943036-30-6

Được dịch bởi Son Ny

LỜI ĐỀ TẶNG

Tôi xin tặng cuốn sách này cho Bác Hubert, người đàn ông tốt bụng đã dâng hiến cuộc đời mình để nuôi dưỡng nhưng điều bé nhỏ mà ý nghĩa. Chúng ta đều chắc rằng trời sẽ cùng với bác để giúp tra dầu vào cho những bánh răng đồng hồ nhỏ của bác.

Hành trình của Marae

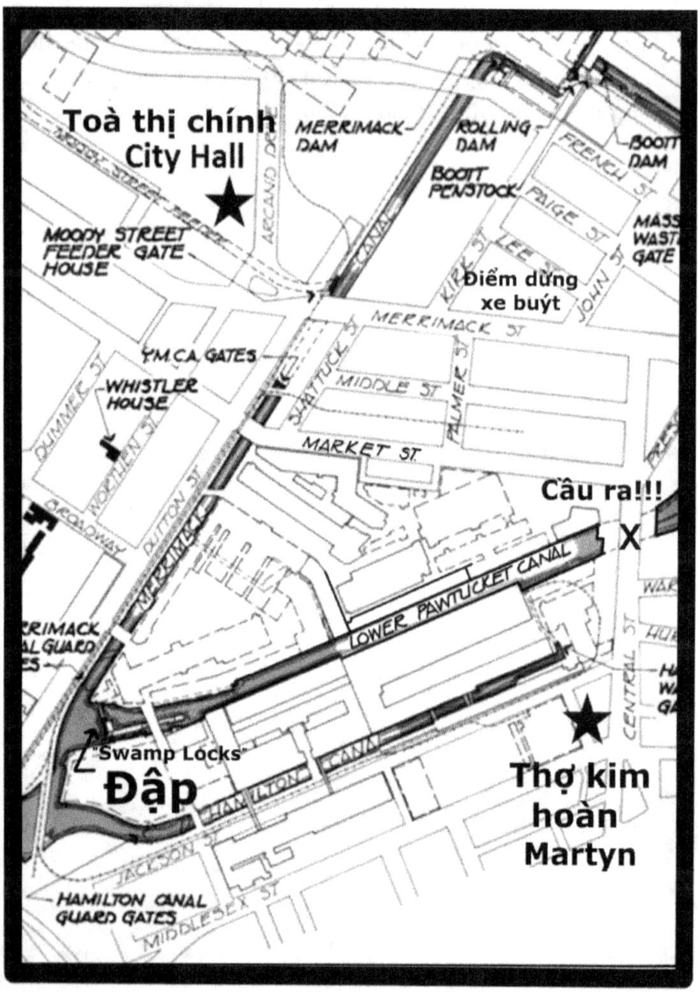

Chương 1

Chiếc đồng hồ trên tay tôi đã đứng lại lúc 15:57 vào Thứ tư, ngày 29 tháng Một. Nếu không thì nó cũng chỉ là một ngày bình thường khác, chất đầy lo lắng về việc tôi có thể đến thư viện ở phía bên kia con sông để kịp hoàn thành bài tiểu luận của mình không. Đã không còn sự thất bại hay hay nỗi sợ hãi chiếm lấy tâm hồn, luôn chính là hai cảm xúc mà tôi đã sống cùng với cả cuộc đời mình, giờ đây chỉ còn lại sự thực là tôi đã gần trễ giờ. Vậy mà tôi đã phải nhìn vào cái đồng hồ của mình hơn 20 lần mới phát hiện ra rằng cây kim trên đồng hồ treo tường đã di chuyển vào tương lai, trong khi chiếc đồng hồ trên cổ tay vẫn mắc kẹt ở con số 3:57pm.

Tôi nhìn chăm chăm ra ngoài cửa sổ xe buýt khi nó lướt qua những nhà máy dệt may đã mọc lên ở công viên Boarding House như những thành luỹ rộng lớn màu gạch đỏ. Một rạp hát màu xanh đen đã bị bỏ rơi trong màn trắng tuyết. Những dải băng thanh tú lấp lánh ở hàng rào trông tựa như nước mắt thiên thần. Josh đã từng đưa tôi đến đây để nghe nhạc một lần, dưới một trong những hàng cây, khi mà thời tiết vẫn đủ ấm cho chúng tôi có thể ngồi ở ngoài trời. Tôi giữ chặt cổ tay của mình trong ngực và ép buộc bản thân nhìn ra ngoài cái cửa sổ đối diện, giả vờ thích thú với ngôi trường chuyên của thành phố để cho người đàn ông Việt Nam già cả, nhăn nheo đang ngồi ở hàng ghế giữa không biết là tôi đã đang chăm chú nhìn ông.

Xe buýt rẽ ở góc đường, đi qua hàng của những ngôi nhà trọ ba tầng mà nhìn ra ngoài là các dãy cửa hàng và văn phòng. Trong cuộc Cách mạng Công nghiệp, cả một thế hệ phụ nữ đã phải bỏ nông trại của họ để làm việc trong những nhà máy dệt may, cũng như những người trẻ ngày hôm nay đã rời bỏ thị trấn nhỏ của mình để đi học ở các trường đại học. Sau đó, cũng như là bây giờ, những công việc đã được tạo ra trong những ngôi nhà bằng gạch lớn nằm dọc theo kênh rạch, các nhà máy, công ty đã tạo ra những cơ sở sản xuất công nghệ cao, khoa học công nghệ, và các công việc kỹ thuật.

Tôi đưa tay vuốt ve cái đồng hồ, không quên nhắc nhở bản thân rằng quyết định của mình là hợp lý. Tôi đã đến thành phố này để đảm bảo cho một cuộc sống tốt hơn, để thoát khỏi sự bế tắc của mẹ tôi khi bà rơi vào hôn nhân lúc quá trẻ tuổi và sống chật vật cùng nhiều con cái. Tôi luôn là một sinh viên loại A với một nền móng vững chắc của công việc nghiên cứu ở trường. Tôi chỉ mới hai mươi hai tuổi nhưng đã có toàn bộ cuộc sống của tôi vạch ra trước mắt một cách thật rõ ràng. Thế mà tại sao, ôi tại sao nó đã quá đau đớn để để được yên ổn hơn?

Xe buýt để tôi xuống ở toà nhà *Woolworth* mặc dù ở đây đã không có một cửa hàng nào trong suốt bốn năm liền, Tôi học ở Đại học Massachusetts Lowell. Đường phố bị kẹt lại với những tài xế cáu kỉnh sốt ruột được về nhà sum vầy với gia đình. Xe buýt đi mất, để lại tôi với đứng ở một ngân hàng đầy tuyết trong một trung tâm thành phố mà đã bắt đầu chìm trong buổi tối. Ánh chiều tàn sáng trên một đồng hồ màu xanh lá cây khổng lồ nằm trên đỉnh cái cột màu xanh gỉ đồng, những cái kim đồng hồ đen chỉ vào 03:45. Chỉ có mười hai phút để đi, ôi không! Quá khứ đã là quá khứ. Tôi quay lưng lại với nó và vội vã đi, cuộn cái đồng hồ đeo tay lại khi tôi giữ chặt cổ áo sát vào người.

Đá muối lạo xạo dưới giày của tôi khi tôi đi bộ đến con đường chính, gần như được bằng phẳng phía sau tôi khi đi trên cầu đi bộ qua kênh Hạ Pawtucket. Một tảng băng trôi nhanh dưới cầu, biến một phần tuyết đã tan chảy phía trên thành một ánh đen lấp lánh liên tục. Tôi với tay nắm lấy lan can còn mới tinh, thầm biết ơn thành phố đã hoàn thành cây cầu mới trước khi mùa đông đến, bởi vì tôi luôn phải đi bộ hàng cây số. Trong một thành phố đầy rẫy các đường một chiều, có đến hai con sông ngang qua và một mạng lưới kênh rạch chằng chịt, mọi khoảng cách không được đo theo đường chim bay, mà là phải đi bao xa để được được đến một cây cầu gần nhất.

Đó là năm dãy phố mà trước đây đã đấu tranh với các doanh nghiệp nhỏ để tạo nên bản đồ trực tuyến MapQuest, cũng chính là địa điểm tôi đang muốn đến. Trên đường đi tôi đã bị trêu chọc hơn một lần, nhưng tôi vẫn giữ đầu thấp xuống, một ánh mắt sợ sệt có thể dẫn đến ham muốn cưỡng bức. Một tòa nhà gạch bốn tầng với tầng áp mái đen duyên dáng xung quanh nằm trên góc đường của trung tâm thành phố và đường Middlesex tạo nên một vòng cung nhẹ nhàng, nữ tính. Tôi lấy cái hộp nhỏ màu trắng ra khỏi ví và đọc các chữ vàng đó nêu rõ "Kim hoàn Martyn" trong một nét chữ rất mềm mại. Đây. Đây chính là nơi Josh đã mua đồng hồ cho tôi.

Giống như hầu hết các mặt tiền cửa hàng nào trong Công viên Lịch sử Quốc gia Lowell, tòa nhà đã được khôi phục lại như danh tiếng của nó ở thời Victoria, với cửa kính vừa cỡ được bao quanh bởi những đồ trang trí bằng gỗ dày màu đen. Bên dưới có một cái bảng hiểu nhỏ hơn, mà tôi hy vọng là một bảng hiệu nhỏ bé ghi "sửa chữa đồng hồ".

Tôi đẩy cửa bước vào và lúng túng khi những cái chuông gió leng keng báo hiệu có người vào. Nó xuất hiện ở trong cửa hàng vì nơi này đã từng là một tiền sảnh với tầng trên, với những hộp vuông bằng kính đặt dọc theo bức tường ngoài. Ba trong số cái hộp đều trống rỗng, nhưng hai cái còn lại được sắp xếp tươm tất với những vòng tay và đồ trang sức, tất cả đều được làm cho nó trông có nhiều hơn, đầy hơn thực sự.

Một người đàn ông cao, tóc bạc trắng đứng dựa vào bàn thu ngân, chăm chú lắng nghe một phụ nữ đang tươi cười vẫy tay. Từ mái tóc đen nhánh và giọng nói đặc trưng nặng của cô, có thể biết được cô là người Đông Nam Á, Campuchia hay có lẽ là người Việt Nam. Bác thợ đồng hồ đeo một mắt kiếng nhỏ và nhìn kỹ vào điều gì đó đã làm cho người phụ nữ rất vui mừng.

Tôi liếc nhìn đồng hồ của mình, nhưng cũng như 6 tuần qua, các cây kim chỉ giờ thanh nhỏ bằng vàng vẫn đứng lại ở 3:57 pm. Người thợ kim hoàn này nhìn thấy ánh mắt của tôi và nghiêng tay để ra hiệu rằng ông sẽ giúp tôi ngay khi khi kết thúc công việc với khách hàng hiện tại. Tôi cười một cách mệt mỏi và gượng gạo, ra hiệu rằng sẽ đợi. Ông ấy nhăn nheo và gầy, mặc một chiếc áo sơ mi trắng sọc và thắt cà vạt, có lẽ ông năm nay đã bảy mươi tuổi, hoặc thậm chí ngoài tám mươi? Mà có lẽ không phải, ông ta năm này chắc đã là chín mươi. Người thợ đồng hồ này có một sự quý phái và trưởng giả như vô tận với thời gian, thuộc về tầng lớp quý tộc, vậy nên chỉ sau một lúc ngắn ngủi, tôi đơn giản là từ bỏ cố gắng để đoán tuổi của ông.

Tôi tựa người vào một cái hộp kính rỗng và nhìn quanh căn phòng, tự hỏi xem có bất kỳ cái gì trong phòng tôi có thể đủ tiền sở hữu được. Không hề, tất cả những đồng tôi kiếm được đều phải chi cho sự học của mình, và càng không hề có một đồng xu nào cho những thứ phù phiếm như là vàng hay đá quý. Cái đồng hồ đeo tay vàng hiệu Bulova này có lẽ là thứ đáng giá nhất trong những gì tôi đang và đã từng sở hữu. Cái kệ trưng đồng hồ ở bức tường phía sau người thợ kim hoàn đang đứng, nhưng trưng bày một cách thưa thớt và được giảm giá đến 50%. Với một món quà có tính thực tế như đồng hồ, thì đây sẽ là cái mà khách hàng chú ý đầu tiên.

Josh *đã* trả bao nhiêu cho cái đồng hồ đeo tay này?

Không, điều đó không còn là vấn đề nữa. Anh ấy đã trả bao nhiêu, thì vẫn sẽ không thay đổi được gì nữa. Bây giờ, chỉ còn nỗi lo duy nhất là tôi sẽ phải sửa nó, vì tôi không thể nào để nó mắc kẹt ở con số 3:57 mãi mãi được.

Giọng người phụ nữ Campuchia vang to hơn, nhưng cô không có vẻ tức giận hay bực mình gì. Với vẻ đặc trưng dễ nhận ra trong giọng nói đó nên tôi đã có thể nghe lén nhưng ai rảnh mà xoi mói vào chuyện của thiên hạ? Tôi vẫn dựa lưng vào cái hộp kính và giật mình bởi tiếng leng keng nhẹ của kính như là tôi đã vô tình làm va vào cái gì. Nhưng hơn cả sự giật mình của tôi là ba cái lồng thuỷ tinh đặt trên quầy hàng mà tôi đã nhầm là trống rỗng. Ở trước ba cái lồng là một tấm bảng nhỏ, với một dòng chữ với những nét kí tự tươm tất mà mềm mại:

--Làm thế nào bạn có thể chiếm được một tiếng đồng hồ mà vừa kịp lúc?

Bên trong mỗi cái lồng kính là một cái đồng hồ rất đẹp, sang trọng và lộng lẫy hơn bất cứ cái đồng hồ nào tôi đã từng thấy. Cái đầu tiên là một cái đồng hồ đeo tay bằng bạc, cũng có thể là bạch kim, mặt đồng hồ số hiển thị thời gian, ngày tháng năm, múi thời gian, giây và thậm chí là toạ độ kinh độ và vĩ độ. Nó được đặt trên một cái bệ thanh mảnh nhỏ như cách người ta trưng bày những con búp bê sứ xinh đẹp. Tôi nheo mắt lại để đọc tên nhà sản xuất được in với một dòng chữ cổ xưa gần như là không được. *Skuld*. Chưa bao giờ nghe nói đến từ này. Có khả năng cái đồng hồ hoa mỹ này là của người Nhật chăng?

Cái đồng hồ thứ hai cũng chẳng thua kém gì cái thứ nhất, với sự kết hợp của màu vàng và bạc, và đồng có lẽ là màu sắc thứ ba. Nó có những kim chỉ giờ kiểu cổ điển, cùng những mặt đồng hồ giống như cái thứ nhất, hiển thị thời gian như ngày tháng năm, múi giờ, kinh độ vĩ độ. Và trên mặt đồng hồ in tên của nhà hay nơi sản xuất Verðandi.

Cái đồng hồ thứ ba là một cái đồng hồ bỏ túi treo trên một dây chuyền dày bằng vàng. Đây là loại cổ có thể thấy từ những năm 1800. Nhìn vào thì có thể biết nó là vàng ròng, với hai cái nắp bảo vệ được khắc chạm lộng lẫy. Cũng như hai cái kia, cái đồng hồ bỏ túi này cũng chỉ đầy đủ các đặc điểm thời gian như ngày tháng năm, số giờ giây, múi thời gian và cả kinh vĩ độ. Bề mặt nó có ghi nơi sản xuất bởi một nơi có tên là Urðr.

Một suy nghĩ lạ lùng lướt qua đầu tôi. Những cái đồng hồ này thực sự đã ở những mốc thời gian, những kinh vĩ độ vào những năm 1800 xa xôi? Đúng là đã như vậy hoặc đây chỉ là những bản sao của đồng hồ thật. Những cái đồng hồ này chắc chắn mắc tiền một cách khủng khiếp, vì tôi không thấy được giá mác nào gắn vào và chúng nó được trưng bày khá lộng lẫy trong những cái lồng thuỷ tinh chắc chắn để đảm bảo không khách hàng nào có thể ăn cắp được.

Và cuối cùng thì người phụ nữ Campuchia cũng đã kết thúc việc trao đổi hay mua bán gì đó với ông chủ tiệm, ông bắt tay người phụ nữ và nói lời chào tạm biệt. Khi người phụ nữ đi ngang qua, tôi giả vờ đang thích thú với một cái gì đó và liếc mắt nhìn cô ấy một cách kín đáo qua hàng mi của mình. Trong một trang phục kín đáo điển hình của người châu Á, tôi có thể thấy đôi mắt đã nhăn của người phụ nữ đã rất hài lòng. Cô giấu cái vật màu vàng nhỏ vào túi xách, cùng một một cái gật đầu biết ơn, cô đẩy cái cửa đi ra ngoài.

Người thợ kim hoàn ngẩng mặt lên nở một nụ cười ấm áp.

“Và đây, này cô gái trẻ, ta có thể giúp gì cho cháu?”

Tôi tháo cái đồng hồ ra khỏi cổ tay, cảm thấy trống rỗng khi cái đồng hồ trượt ra khỏi sự ấm áp của da thịt mình.

“Đồng hồ của cháu bị đứng” những từ duy nhất tôi có thể thốt ra ngay lúc này.

“Cháu có cần một cái pin mới không?”

“Cháu đã thử rồi, ba lần, ở ba cửa hàng pin khác nhau.”

Người thợ đồng hồ lấy cái đồng hồ ra khỏi bàn tay duỗi thẳng của tôi. Tôi đã phải kháng cự lại sự thúc giục để giật nó lại và hét lên rằng không ai được chạm vào nó. Ông đặt nó trên một mặt phẳng vuông màu xám bằng nhung mềm, đưa tay vào một cái hộp khác lấy ra một dụng cụ thanh mảnh. Đây là lần thứ tư trong 6 tuần tôi đã để cho ai đó đã mở cái đồng hồ ra, và chỉ với suy nghĩ đó thôi cũng đủ làm tôi buồn nôn.

Ông trượt cái mắt kính một mắt xuống để nhìn kỹ hơn những bộ phận bên trong đồng hồ.

“Nó đã dừng lại khi nào?” Ông hỏi.

“Vào lúc 3:57 chiều” tôi trả lời. “Thứ tư ngày 29 tháng Một”

Người thợ ngước mắt lên, đôi mắt xanh chứa đầy sự tò mò. Đôi mắt dường như trông trẻ hơn rất nhiều so với làn da nhăn nheo và ngoại hình của ông. Tôi nghĩ ông sẽ hỏi thêm những câu hỏi cần thiết nhưng ông ấy đơn thuần chỉ chờ tôi nói những gì tôi muốn.

"Cháu vừa học xong tiết học cuối cùng trong ngày," tôi nói tiếp, "cháu nhìn vào đồng hồ thì nhận ra nó đã ngưng chạy. Cháu đã cố để sửa nó, nhưng tất cả cửa hàng cháu đến đều nói họ phải gửi nó đến những nơi khác để sửa chữa. Bác là người thợ sửa đồng hồ duy nhất ở nơi này."

Người thợ đồng hồ chăm chú nhìn biểu hiện của tôi.

"Sáu tuần quả là một khoảng thời gian dài để tiếp tục cuộc sống mà không có đồng hồ." Ông nói. "Đặc biệt là đối với những người phụ thuộc đồng hồ để đi học đúng giờ. Tại sao cháu không để nó lại cho các cửa hàng kia sửa chữa. Chỉ trong vòng một tuần thì đồng hồ sẽ trở lại bình thường."

Môi tôi chợt rung lên trong khi tôi tiếp tục xoa bóp cổ tay trống không đồng hồ của mình.

"Bởi vì cháu không thể chịu nổi nếu vắng đi nó."

Người thợ kim hoàn nâng chiếc đồng hồ lên và xem xét kỹ lưỡng vào bên trong nó. Bàn tay của ông quả thật rất vững vàng so với độ tuổi già này.

"Bác vẫn không biết nó thật sự bị gì, nhìn vào nó vẫn ổn, chẳng có gì hư hại cả," ông nói tiếp. "Có lẽ bác sẽ phải giữ nó lại, đủ lâu để xem xét nó bị hư ở chỗ nào."

"Bao nhiêu ngày ạ?" Tôi hỏi. Nước mắt tôi chợt tuôn ra.

Nếp nhăn trên khuôn mặt của người thợ kim hoàn biểu lộ một sự đồng cảm.

"Bây giờ đã gần đến lúc đóng cửa," ông nói. "Nhưng thường vào thời điểm này trong năm, con gái ta thỉnh thoảng đến đón ta khá muộn. Chúng ta có thể đi uống một tách cà phê nóng và ta xem ta có thể làm được gì cho cháu. Ít nhất thì chúng ta cũng sẽ xem xét giá cả để sửa chiếc đồng hồ này."

Tôi gật đầu biết ơn người thợ kim hoàn đã hiểu tôi.

"Cháu, ưm.. hy vọng nó vẫn còn được bảo hành?"

"Điều đó còn tuỳ," ông bảo. "Cháu đã mua nó ở đâu?"

"Bạn trai cháu.. dạ. Bạn của cháu đã mua nó ở đây."

Tôi lấy ra một cái hộp bé màu trắng cùng mới dòng chữ mềm mại trên đó, chính là tên của cửa hàng đồng hồ này. Nét mặc của người thợ đồng hồ cong lên thành một nụ cười đáng mến.

"Tốt lắm, vậy thì," ông nói. "Có lẽ nó sẽ là miễn phí cho cháu. Tên của bạn cháu là gì?

"Josh. Josh Padilla."

Nói rồi ông tập tễnh bước qua một gian nhà nhỏ nằm trong góc phòng. Lần đầu tiên tôi để ý thấy ông ấy tựa vào một cách nặng nề vào cây gậy ba chĩa. Ông tiếp tục lục lọi các ngăn kéo gỗ.

"Có phải cháu nói Joshua?" ông hỏi.

"Josue" Tôi trả lời. "J-o-s-u-e. Nó là, ưm, theo cách viết Puerto Rican." Tôi hạ giọng thấp hơn khi nói đến từ cuối cùng. Đối với tôi thì, cái định kiến đó nghe khá chướng tai.

"Đây rồi," Ông nói. "Josue Padilla. Số 198 đường South Street ở khu Acre."

"Vâng," tôi thì thầm. Một màu hồng xấu hổ đang len lỏi vào trên má tôi. Không biết ông ấy có biết không? Đó là dự án của giám mục Bishop Markham đã xây nhà cho những người có thu nhập thấp, người nghèo trong khu phố?

Người thợ đồng hồ lại khập khiễng bước trở lại và đặt xuống một cái thẻ nhỏ màu vàng trước mặt tôi. Bên cạnh đó ông ấy đặt một cái phong bì nâu dày, nhỏ vừa đủ để chứa cái thẻ bên trong. Ông ấy bắt đầu điền vào thẻ khách hàng mới tinh đó với một cây bút màu xanh đậm, bàn tay vững chắc một cách đáng ngạc nhiên so với độ tuổi của ông.

"Tên của cháu là gì, con gái?"

Thế nhưng ông đã không chờ tôi trả lời, mà ghi thẳng vào, 'Marae O'Conaire.'

"Đúng rồi ạ" Tôi nói khẽ. Tự hỏi ông ta đã biết những gì rồi?"

"Địa chỉ?"

Tôi đọc ông địa chỉ của kí túc xá của mình. Ông ghi nhanh vào tờ giấy cùng vài dòng ghi chú. Khi đó, tôi lén nhìn vào cái thẻ màu vàng với những thông tin của Josh trên đó. Anh ấy đã trả 389 đô là cho cái đồng hồ Bulova của tôi, trả trước 50 đô và phần còn lại đã được trả góp 20 đô la mỗi tuần.

Ngày anh ấy mua cái đồng hồ là ngày sau ngày anh nói yêu tôi và ngày anh hoàn tất trả góp là ngày trước khi anh mời tôi đi ăn tối và hỏi nếu chúng tôi có thể trở thành một đôi.

Tôi quay mặt đi, lòng không chịu nổi khi tiếp tục nhìn vào tấm thẻ nữa.

"Cửa hàng đóng cửa lúc 5 giờ, nhưng ta có thể ở đây đến 5 giờ 30 phút," người thợ nói. "Cháu có thể đợi đến lúc đó, hoặc là quay lại vào ngày mai. Ít nhất ta cũng có thể xem xét cái đồng hồ đã hư chỗ nào"

Tôi gật đầu đầy biết ơn.

"Nếu không sửa kịp hôm nay, cháu có thể giữ cái đồng hồ lại rồi mang nó lại ngày mai không ạ?"

Người thợ già nhìn kỹ nét mặt thôi.

"Nhà hàng Việt Nam ở phía bên kia đường có món phở khá ngon, chỉ 2 đô 25 xen gồm cả bánh mỳ. Nó sẽ làm cho cháu thấy khá hơn là chờ đợi trong cái lạnh này.

Tự hỏi là tôi thực sự dễ bị đọc suy nghĩ như vậy sao? Có lẽ là vậy.

"Cám ơn bác," tôi nói nhỏ.

Người thợ đồng hồ để cái thẻ màu vàng của Josh vào chỗ của nó. Ngập ngừng một lát, ông lấy ra cái thẻ thứ hai.

"Ta vẫn nhớ anh chàng trẻ tuổi đó," ông nói. "Hơn một năm trước anh chàng đã viết và đặt cọc để mua một món hàng thứ hai. Mỗi tuần đều gửi tiền để trả nhưng cuối cùng anh chàng chẳng bao giờ quay lại để lấy nó cả."

Đến đây tôi có cảm giác như bị rơi ra khỏi máy bay và căn phòng trở nên xa xôi.

"Khi nào thì anh ấy được lấy nó?" Tôi hỏi.

"Hạn trả tiền là ngày 1 tháng Ba năm trước. Gần đúng một năm tính từ hôm nay."

Bụng tôi như nghiến lại mặc dù tôi đã chẳng ăn được gì trong nhiều tuần qua. Nó có lẽ là ngày tôi chia tay với Josh, ngày mà tôi từ chối gặp anh và nhắn tin cho anh là tôi đã không muốn bị ràng buộc bởi một người đàn ông chẳng hề ở đây để yêu tôi.

"Để ta xem đã đặt nó ở đâu," ông nói. "Chỉ còn lại 20 đô la tiền phí, nên ta đã chẳng đặt nó vào lại kho."

"No!" Tôi muốn hét lên. "Tôi không hề muốn nhìn thấy nó" Nhưng tôi đã không làm vậy, bởi vì tôi muốn xác định lại điều tôi đã nghi ngờ.

Người thợ già lại khập khiễng bước vào gian phòng. Qua cái cửa sổ kính, tôi thấy ông lục lọi cái khu vực nhỏ mà hỗn độn những bộ phần đồng hồ mà người ta có thể tưởng tượng được. Trong khi ông ta len lỏi để bước trở lại, tôi cố gắng kháng cự lại nỗi thúc giục lao ra cửa và chạy trốn đi.

Cả thế giới dường như xa rất xa khi người thợ già khập khiễng bước trở lại căn phòng và đặt trên tấm đệm nhung xám một hộp nhỏ màu đen.

"Anh ấy nói rất tốt về cháu," ông nói. "Mỗi tuần anh chàng đều gửi tiền đến trả, còn viết cho ta những bức thư khá đáng yêu, kể với ta về cháu."

"Bác vẫn còn giữ những bức thư chứ ạ?" tôi hỏi, nước mắt tuôn trào trên má.

"Đâu đây thôi" Người thợ già chỉ vào căn phòng phía sau. "Cháu thấy đấy, ta thích giữ lại những đồ vật. Chúng ta chẳng thể nào biết được khi một thứ đã vứt đi lại trở nên quan trọng một lúc nào đó."

Tôi nâng cái hộp nhỏ lên, run rẩy khi vuốt ve mặt nhung đen của nó. Cũng giống như cái hộp đựng đồng hồ, nó được khắc "Kim hoàn Martyn" ở nắp đậy. Tôi mở tách cái hộp ra, và quyết định biết được sự thật.

Tôi thở gấp khi thấy thứ mà Josh đã mua, không phải là một cái nhẫn đính hôn, mà là một đôi nhẫn cưới bằng vàng. Tôi nâng những cái nhẫn lên để nhìn vào bên trong, có khắc những nét chữ cong mềm mại, là tên của chúng tôi.

Với một tiếng nấc, tôi đóng tách cái hộp lại và đặt nó trên quầy hàng.

"Chuyện gì đã xảy ra với anh chàng đó vậy?" người thợ đồng hồ hỏi. "Anh ấy có vẻ đã muốn tặng cô điều tuyệt vời nhất."

Ngực tôi run lên khi tôi nghẹn ngào với sự thật khủng khiếp.

"Anh ấy đã chết rồi," tôi nói khẽ. "Sáu tuần trước ở Afghanistan."

Chương 2

Josue Padilla đã mất ở Afghanistan vào lúc 3:57 chiều., theo chuẩn giờ phương Đông. Anh ấy chết trong vụ phục kích trên một con đường núi hẻo lánh ở tỉnh Paktika, Josh với vai trò là người chỉ huy vì anh luôn đặt an toàn cho mọi người lên hàng đầu. Khi tôi gặp anh, anh đã ở trong Khu dự bị quân đội sau khi ROTC làm một cuộc trưng cầu tuyển dụng trong khu sân bãi, nhưng anh ta đã không phục vụ tại ngũ cho tới khi tôi gặp anh sau một năm, sau khi anh bày tỏ tình yêu của mình với tôi, sau khi anh ấy đã tặng cho tôi chiếc đồng hồ.

Không ai nói với tôi rằng Josh đã chết, rằng anh đã chết như một vị anh hùng. Trong ba tuần lễ dài, tôi nhìn chằm chằm chiếc đồng hồ hỏng của mình, không hiểu tại sao nó không còn chạy nữa, nhưng cũng không thể chịu đựng cái cảm giác nó trên cổ tay tôi. Nếu tôi không xông thẳng vào nơi em gái anh ấy đang làm ở cửa hàng Cote's Market vào ngày họ đang bán bánh mì và đậu, tôi không nghĩ rằng sẽ có ai đó báo tôi việc này.

Tại sao họ lại như vậy? Khi tôi vừa vứt bỏ anh một đêm trước khi anh chuyển đến Afghanistan và nói với anh là tôi sẽ không chờ một đợi một người đàn ông có thể sắp đi vào chỗ chết?

Nếu Josh sống, tôi đã có mặt ở sân bay Logan sáng nay khi những người còn lại trong đơn vị anh về nhà. Thay vào đó mà tôi đã bị xa lánh khi gia đình anh bay đến Washington DC để nhận huy chương ngôi sao bạc và lặng lẽ chôn anh ở Nghĩa trang Quốc gia Arlington cùng với tất cả các vị tướng và anh hùng khác.

Tôi đã không nhận ra là mình đang khóc thổn thức cho đến khi bác thợ kim hoàn đặt một hộp khăn giấy bên cạnh chiếc hộp.

"Bác hình dung là một điều tồi tệ đã xảy ra," ông nói. "Tại sao anh ấy lại trả tiền cho vật này rồi mà sau đó không bao giờ đến để nhận nó?"

Tôi không có can đảm để nói với bác ấy rằng Josh không bao giờ đến nhận nó được vì anh chỉ có 24 giờ nghỉ phép, và anh ấy đã lãng phí thời gian đó đến tìm tôi sau khi tôi nhắn tin nói rằng tôi không muốn gặp anh nữa. Anh ấy đã không biết rằng, tôi đã giấu mình trong ký túc xá bên cạnh, giữa những cô bạn gái, và khóc khi Josh đập cửa nhà và gọi tên tôi, giọng anh tan chảy cùng nước mắt.

Tôi cầm lấy khăn giấy và hỉ mũi vào đó

"Bác có thể sửa nó không?" Tôi chỉ vào cái đồng hồ. "Bác có thể sửa chữa bất cứ điều gì mà cháu đã làm hỏng nó chứ?"

Người thợ đồng hồ hạ thấp chiếc kính một mắt và nhìn vào bên trong của cái đồng hồ đã chết.

"Con người nghĩ về thời gian như là một sức mạnh không thể thu hồi, nhưng việc giữ thời gian lại là một điều tinh vi, phức tạp. Thường thì các bánh răng khớp nhau một cách nhịp nhàng, nhưng đôi khi một tạp chất có thể khiến chúng mắc kẹt và đứng lại." Ông ấy thả cái đồng hồ vào phong bì và bắt gặp ánh nhìn của tôi. "Hãy trở lại trong một giờ, bác sẽ xem xét liệu có thể chẩn đoán được vấn đề gì với cái đồng hồ hay không."

Tôi quay trở đi và người thợ kim hoàn cầm lấy tay tôi. Không một lời nào, ông đặt chiếc hộp nhẫn vào tay tôi, chiếc hộp mà Josh không bao giờ đến lấy được bởi vì -tôi- đã chọn cách phá vỡ trái tim anh ấy.

"Anh ấy chắc hẳn muốn cháu giữ nó," anh nói.

Tôi muốn nói 'Tôi không xứng đáng nhận món quà này', nhưng thay vào đó, tôi nói với ông ấy về sự thật tiếp theo.

"Cháu chẳng còn đồng nào," tôi nói. "Cháu đã dành từng xu cho vé xe bus để đến được đây."

"Đến chừng nào mà ta quan tâm đến Josh khi nó đã hy sinh cuộc sống của mình cho đất nước này," Ông nói. "Chỉ có giá là hai mươi đô la. Nếu anh chàng ở đây hôm nay, nó sẽ được giảm giá, vì bác đang chuẩn bị dừng việc kinh doanh để dành những ngày tháng còn lại với gia đình mình."

Người thợ đồng hồ có một cái nhìn quyết đoán, gợi tôi nhớ một chút về Josh, cái nhìn mà tất cả những người lính đều có, và tôi tự hỏi rằng người thợ đồng hồ này đã từng là một cựu chiến binh.

"Được rồi," tôi thì thầm. Tôi lấy cái hộp và để nó vào túi sách của mình.

Tôi quay lại và ba chiếc bình thủy tinh lọt vào mắt tôi. Một bảng các bảng hiệu lớn màu trắng, lớn hơn cái đầu tiên, đã thoát khỏi sự chú ý của tôi khi tôi dán mắt vào mặt trước quầy. Các chữ cái lớn màu đỏ-khối nói:

—Làm thế nào bạn có thể chiếm được một tiếng đồng hồ.—

Tôi chuẩn bị quay đi, không hề quan tâm đến thứ bỏ đi ngớ ngẩn đó, nhưng ngay khi tôi bước đến cửa, thì một bức áp phích khác lại ghi:

—Làm thế nào bạn có thể chiếm được một tiếng đồng hồ.—

Tôi quay mặt đối diện với người thợ đồng hồ.

"Làm thế nào tôi có thể giành được một giờ đồng hồ mà vừa kịp lúc?" Tôi hỏi.

Đôi chân mày trắng của ông ấy nhướng lên ngạc nhiên.

"Ah, vậy là cháu có thể nhìn thấy chúng?"

Trán tôi nhăn lại tỏ vẻ khó hiểu.

"Tất nhiên là cháu có thể thấy chúng," tôi nói. "Có ba đồng hồ ở trên quầy."

Người thợ kim hoàn gật đầu, vẻ mặt buồn rầu. Ông đi qua các quầy kính trống rỗng lộn xộn và dừng lại ở ba cái lồng kính.

"Cháu sẽ làm gì-" biểu hiện của ông ấy trở nên khó hiểu "nếu cháu có thể đi vào bất kỳ khoảnh khắc thời gian nào, chỉ trong một giờ, để gởi đến tâm trí của ai đó một thông điệp?"

"Cháu sẽ đi đến Afghanistan và nói với Josh rằng đừng đi theo con đường cao tốc vào Paktika."

Người thợ đồng hồ đã nâng chiếc lồng kính lên khỏi cái đồng hồ cổ nhất, chiếc đồng hồ bỏ túi bằng vàng với nhãn hiệu Urðr. Ông ta giơ nó lên và quan sát nó qua cái mắt kính.

"3 giờ 57 phút, đã quá trễ để cứu lấy tình yêu của bạn."

Hít một hơi dài, tôi biết đó là sự thật. Josh đã chết ngay khi đơn vị của anh đi trên đường cao tốc.

"Tôi sẽ trở lại ngay trước khi đơn vị của anh ấy di chuyển lên cái núi đó," tôi nói, "và nói với anh ấy hãy đi một con đường khác."

"Sự di chuyển qua thời gian không giống với sự di chuyển trong không gian," Ông nói. "Làm thế nào cháu đến được đó? Và nếu như cháu đến được, làm thế nào cháu sẽ tránh để khỏi bị giết?"

Một cơn giận sôi lên trong bụng tôi.

"Giờ bác thật là tàn nhẫn!"

Người thợ đồng hồ vẫn hoàn toàn kiên nhẫn.

"Cháu hỏi ta làm thế nào có thể giành được một giờ trong thời gian," ông nói. "Nếu cháu được tặng một giờ đó, làm thế nào ta có thể chắc chắn rằng cháu sẽ không lãng phí nó?"

"Cháu nghĩ chúng ta đang nói về việc có được một trong những cái đồng hồ đó?"

Người thợ kim hoàn chỉ vào những cái bảng.

"Cái bảng nói lên rằng cháu có thể giành được một giờ đồng hồ thời gian, chứ không phải đồng hồ, ta có thể cho cháu biết chắc rằng những chiếc đồng hồ này không phải để bán."

"Vậy, bác sẽ chọn ai là người có được nó?" Tôi hỏi. "Nó không giống ?"

"Nếu cháu có thể nhìn thấy cái đồng hồ, có nghĩa là cháu đã sở hữu nó," ông nói. "Họ quyết định những ai họ sẽ giúp. Ta đơn giản chỉ là một người giữ thời gian của họ."

"Họ?"

"Những vị thần Norns."

Những gì ông ta nói đến là quá kỳ diệu để tin vào, nhưng sự lạ lùng khi chiếc đồng hồ của Josh dừng lại chính xác thời điểm anh ấy qua đời đã khiến cho việc tin vào thực tế của tôi trở nên mỏng manh. Tôi tuyệt vọng, và người thợ đồng hồ này đã giúp tôi có thêm hy vọng.

"Làm thế nào, để sau đó, cháu có thể chắc chắn là Josh sẽ không chết?"

Đôi mắt của người thợ đồng hồ dâng lên một nỗi buồn.

"Sở hữu một trong những cái đồng hồ không có nghĩa là cháu có thể thay đổi kết cục. Hầu như là, bất kể ta cố gắng thế nào, ta cũng không thể thay đổi được số mệnh, vì trong khi cháu còn có thể cố gắng kiểm soát phần nào với số phận của chính mình, Thần mệnh sẽ không cho phép cháu kiểm soát vận mệnh của người khác."

"Vậy thì, cháu sẽ trở lại và nói với bản thân mình để khuyên Josh không đi trên con đường đó."

"Cháu không thể, than ôi, bất cứ lúc nào đi qua những con đường với chính mình," ông ấy nói. "Nếu cháu làm vậy, điều này sẽ tạo ra một sự nghịch lý thời gian và đồng hồ sẽ đưa cháu trở lại thời điểm hiện tại. Cháu không nên kỳ vọng quá nhiều để thay đổi kết quả. Càng nhiều bánh răng cháu chắp vá lại, càng làm cho mọi thứ tồi tệ hơn và thất bại."

Nỗi thất vọng, pha trộn với sự hão huyền, khiến cho giọng tôi trở nên cáu kỉnh.

"Ở đâu, vậy cháu có thể đi đâu?"

"Đó là quá khứ của cháu," người thợ nói. "Đi đâu là là tuỳ thuộc vào cháu. Tất cả những gì ta có thể làm là để cho cháu sử dụng cái đồng hồ này trong một giờ."

Ông đưa cho tôi một cái đồng hồ bỏ túi lớn bằng vàng nhãn Urðr. Tôi lần theo nút thắt cổ điển kiểu Bắc Âu bao quanh cái nắp bên ngoài như một vòng hoa, với ba hình người phụ nữ nhỏ xíu xung quanh trông tựa như bánh xe, một người đang xe chỉ, một người đang dệt, và người thứ ba cầm một con dao. Nó ấm áp, như thể một ai đó vừa chỉ lấy ra khỏi túi của họ, và đặt trọn trên bàn tay của tôi.

"Bất cứ nơi nào cháu đi, cháu phải bắt đầu, và kết thúc cuộc hành trình của cháu tại cửa hàng này. Đừng để quá khứ của riêng cháu nhìn thấy cháu, và đừng gây ra bất kỳ hành động nào mà làm cho quá khứ của cháu gặp rắc rối. Nếu cháu tạo ra một nghịch lý thời gian, cháu có thể trở nên lạc lối trong thời gian, và đó không phải là một chỗ dễ chịu."

Tôi kiểm tra các nút bấm, cố gắng tìm ra cái nào để làm cho quay số. Người thợ kim hoàn chỉ những ngón tay dài mà vững chắc ở mỗi hàng loạt các núm.

"Cái này kiểm soát số giờ và phút," ông nói, "và cái này thiết lập ngày và năm."

"Còn về múi giờ, kinh độ và vĩ độ thì sao?" Tôi hỏi.

"Đồng hồ sẽ không cho phép cháu thiết lập chúng ở bất cứ đâu nhưng cháu này." Ông nắm lấy tay tôi. "Gần như là không thể để sửa đổi lại một hành động gây ra sự chết chóc. Nhưng đôi khi, nếu như cháu tha thiết, cháu có thể nói với ai đó rằng cháu yêu họ. Cháu có thể muốn nói lời tạm biệt".

Đôi mắt ông lấp lánh, như thể đây là điều ông đã từng trực tiếp trải nghiệm.

Tôi suy nghĩ cẩn thận khi quan sát vào mặt đồng hồ. Và sau đó tôi đặt lại số quay. Tiếng tích tắc càng lớn hơn, như thể chiếc đồng hồ muốn tôi ý thức được rằng mỗi giây đều rất quý giá; Rằng mỗi giây qua đi là ít lại một giây của tôi trong quá khứ.

Tích tắc. Tích tắc. Tích tắc.

Tôi ấn nút điều khiển trung tâm.

Chương 3

Trong một khoảnh khắc tôi cảm thấy như lung lay, nhưng mọi thứ dần xuất hiện chính xác như trước đây. Người thợ kim hoàn giờ đây đang đứng đằng sau một cái quầy khác, ở đâu đó mà cặp vợ chồng trẻ tuổi da đen đang đi vào đó, có lẽ là người Jamaica hay là Haiti qua mái tóc cuốn lọn dài của người nam và mũ Rasta đầy màu sắc của người phụ nữ. Tôi chăm chú nhìn cái đồng hồ bỏ túi, cảm thấy thất vọng nó đang đứng, nhưng khi tôi chuẩn bị để nó lại vào hộp, ba cái lồng kính đã biến mất. Tại chỗ của họ, cái hộp bên dưới giờ đã được lấp đầy với những mặt dây chuyền, loại mà người ta thường sưu tầm và mang trên những vòng tay quyến rũ.

Người thợ đồng hồ ngẩng lên nhìn và mỉm cười.

"Ta sẽ đến ngay với cháu, cô gái trẻ," ông nói, "ngay sau khi tôi giúp cặp vợ chồng này chọn nhẫn đính hôn của họ."

Ông lại chăm chú nhìn qua cái kiếng một mắt của mình và giải thích cho cặp vợ chồng đó về ba điều quan trọng khi lựa chọn kim cương: màu sắc, kiểu cắt và sự tinh luyện. Người phụ nữ muốn chiếc nhẫn lớn nhất, nhưng anh chàng kia nói cô chọn một viên kim cương nhỏ hơn, mà hoàn hảo hơn để tượng trưng cho tình yêu của họ. Anh chàng Jamaica dường như cảm thấy nhẹ nhõm hơn vì sự giảm sút về kích thước đi kèm với giá thành sẽ giảm đáng kể.

Cái đồng hồ bỏ túi dường như nóng hơn, như là nó đã được phơi dưới ánh mặt trời. Thực ra, toàn bộ cửa hàng dường như sáng hơn và tôi kéo mạnh nút áo khoác ấm để mở nó ra. Tôi nhìn ra ngoài cửa sổ và miệng của tôi há ra với sự ngạc nhiên.

"Nó đã hoạt động." Tôi liếc người thợ kim hoàn, nhưng ông vẫn bận rộn với việc giúp đỡ những khách hàng khác. Tôi cầm cái đồng hồ lên.

"Tôi sẽ trở lại trong một giờ," tôi nói. "Chính xác như chúng ta đã thoả thuận."

Tôi liếc nhanh cái đồng hồ bỏ túi. Tôi vừa lãng phí bảy phút trong cửa hàng. Tôi chạy ra ngoài, háo hức muốn nhìn s ự thay đổi về thời gian là có thực. Vẫn là tháng ba, nhưng không phải là mùa xuân đầy tuyết, lạnh lẽo chợt đến dữ dội như tiếng sư tử và ném xuống mặt đất đến một foot tuyết, làm trễ mất chuyến bay của đơn vị Josh, nhưng một tháng Ba đã đằm thắm hơn, nhẹ nhàng hơn, một kiểu thời tiết chúng tôi đã có ngày này một năm trước đây. Giờ không còn là hoàng hôn nữa, mà là một khoảng thời gian sớm hơn trong ngày, vì mặt trời đã di chuyển lên và bây giờ chiếu những tia nắng xuống từ hướng đông nam, tại vị trí mà nó thường ở vào lúc 11 giờ mỗi ngày.

Mất hai mươi phút để tôi đến được đây. Năm dãy thành phố trở lại đường Merrimack, và sau đó thêm sáu dãy để đến buổi lễ tiễn đưa tại Quảng trường City Hall. Bốn mươi phút. Ba mươi nếu tôi nhanh hơn. Đúng, tôi có thể làm được. Tất cả những gì tôi phải làm là đến đó trước khi Josh bước lên xe buýt.

Những đám băng tuyết bẩn thỉu ẩn núp trong bóng tối, nhưng ở khắp mọi nơi khác, một ánh mặt trời sáng màu vàng tươi đã làm băng tan, những vỉa hè trở nên sạch sẽ. Mồ hôi nhỏ giọt trên trán tôi khi tôi vội vã, choáng váng với hy vọng này, và tôi nhớ rằng thời tiết vào ngày hôm nay khá dễ chịu ở 13 độ.

Như thường lệ, con đường chính bị tắc nghẽn bởi giao thông, nhưng chỉ đến khi tôi nhìn thấy cái biển hiệu màu da cam mà cuối cùng tôi đã hoàn toàn tin rằng đây chính là một năm trước.

-Đi đường vòng. Cầu đóng cửa. Đi đường Warren để đến cầu Church Street.

"Không!"

Tôi vội vã vượt qua những rào chắn. Trong quá trình xây dựng lại cầu Hạ Kênh Pawtucket, con đường đã mở, trước hết là cho giao thông một chiều, và sau đó là cả chiều kia. Ngay cả trong giai đoạn xây dựng bận rộn nhất, cầu vẫn mở cửa cho người đi bộ, vì ở thành phố đầy rẫy những kênh đào như thế này, cộng đồng kinh doanh khẳng định khách có thể đi từ bến xe buýt đến cửa hàng. Nhưng trong một tuần khủng khiếp vừa qua, không có trong năm này, toàn bộ khu vực trung tâm thành phố đã bị kiểm soát bởi toàn bộ các đội xây dựng đèn hàn.

"Cái cầu đã bị đóng, thưa bà", một cảnh sát nói, tay áo của anh ta cuộn lên để tận hưởng khí trời ấm áp. "Bà sẽ phải băng qua đường Church Street, hoặc Cầu đường Dutton.

"Làm ơn, thưa ngài, tôi phải đi qua!"

"Không có cách nào để qua được," viên cảnh sát nói. "Như bà thấy, họ phải tháo dàn."

Các kênh rạch ở Lowell rộng trung bình khoảng mười mét, được bao quanh bởi những bức tường đá granite thẳng. Josh đã từng cho tôi biết làm thế nào, khi anh vẫn còn là một học sinh trường trung học Lowell, mỗi mùa xuân, học sinh thách thức nhau nhảy vào cái kênh đào đã chia rẽ khuôn viên đó thành hai nửa và bơi ngang qua phía bên kia, trò hề này ngay lập tức có thể dẫn chúng đến nơi bị giữ phạt. Josh đã như vậy, không hề sợ chấp nhận một lời thách thức.

Vào mùa hè, những con kênh trở nên uể oải, những vùng nước ngập nước, hoàn hảo để đi dã ngoại hoặc các chuyến tham quan trong những chiếc thuyền du lịch đẹp như tranh vẽ mà Công viên Quốc gia cung cấp. Nhưng vào mùa đông hay đầu mùa xuân, con kênh trở nên hoang dã, nhiều nguy hiểm, với những tảng băng khổng lồ được tạo nên bởi dòng nước giận dữ của sông Merrimack.

Tôi leo lên hàng rào lưới sắt mà các đội xây dựng đã vội vã rào qua đường để những người tuyệt vọng (như tôi) sẽ không thể nổ lực với điều gì đó quá ngốc nghếch khi đi trên nền móng của cây cầu. Tôi không cần phải hỏi, vì tôi đã biết chuyện rồi; Trong một tuần toàn bộ cây cầu đã bị đóng cửa vì người ta phát hiện nền móng đã bị hư hại.

Tôi có dám vượt qua hàng rào và băng nhanh qua những người đàn ông lực lưỡng đội mũ bảo hộ lao động đang làm việc trên những chằng buộc đòn bẩy như những con khỉ trên dây cao? Tôi có dám đi qua những chùm tia thép hở ra mà có thể hở xuống những dòng nước dữ dội đang dâng lên gần đến đỉnh đến nỗi bạn có thể với xuống và chạm vào những tảng băng khi chúng chảy xiết đến khi tan vỡ trong các tuabin ở hạ lưu?

Tiếng tích tắc của chiếc đồng hồ bỏ túi vang to hơn, và trong tiếng tích tắc đó, tôi gần như nghe được lời của người thợ kim hoàn nói.

“Làm thế nào cháu đến được đó? Và nếu như cháu đến được, làm thế nào cháu sẽ tránh để khỏi bị giết?”

Không. Tôi không can đảm đến như vậy.

“Cô,” một bàn tay chạm lấy vai tôi. “Cô không thể đứng đây”

Tôi nhảy bật lên, giật mình, và nhìn chòng chọc vào người công nhân xây dựng này. Anh ấy to lớn, vạm vỡ, làn da màu ô liu và mái tóc đen nhánh như Josh vậy, nhưng thay vì làm tôi sợ, vì một lí do nào đó mà đã giúp tôi thấy thoải mái hơn. Tôi muốn thừa nhận sự thất bại, nhưng tôi đã chịu thua nỗi sợ một lần trong đời rồi, và thậm chí nếu như tôi chẳng thể thay đổi được kết cục, ít nhất tôi muốn có một cơ hội để nói lời chia tay.

"Nói tôi biết cách nhanh nhất để đến Quảng trường City Hall" Tôi nói. "Làm ơn, tôi đang rất vội."

Người công nhân chỉ vào hướng phía sau nơi mà tôi đã đi ra từ đó.

"Đị bộ đến đường chính để đến đường Jackson," ông ấy nói, "và rẽ phải vào đường Canal, ngay sau nhà máy Appleton. Đi qua cây cầu bắc ngang qua kênh Hamilton. Cô sẽ đến một toà nhà gạch trắng trông như con đường đã cụt, nhưng nếu cô đi quanh nó, or đường Canal sẽ tiếp tục có một cây cầu thứ hai đi qua kênh Hạ Pawtucket. Nó đang trong tình trạng sữa chữa tồi tệ và cấm xe hơi, nhưng nếu cô cẩn thận, cô có thể đi bộ băng qua. Đi băng qua một mảnh đất trống đến Broadway Extension, và nó sẽ đưa thẳng cô đến đường Dutton.

"Cám ơn anh," Tôi nói, nước mắt dâng trào trên đôi mắt.

"Hãy cẩn thận khi đi qua chỗ khoá Swamp," người công nhân nói. "Con đường đã bị cấm, và có rất nhiều mảnh chai vỡ và gạch vụn. Tôi sẽ không bao giờ đi qua đó vào ban đêm, nhưng vào ban ngày, cô sẽ ổn thôi."

Tôi liếc nhanh cái đồng hồ, Mười sáu phút tôi đã phí, thêm bảy phút trước ở cửa hàng. Hai mươi ba phút phí phạm trong một giờ đồng hồ. Tôi chỉ còn ba mươi bảy phút để đi tìm Josh và nói anh ấy đừng đi con đường cao tốc đó, và khoảng cách dài gấp ba lần đến đó so với những gì tôi đã dự đoán.

Quay lại, tôi quay trở lại con đường mà tôi đã đến từ đó.

Chương 4

Sẽ chẳng bao giờ thay đổi quy luật tự nhiên của con người rằng, không quan trọng bạn tồi tệ như thế nào, bạn sẽ luôn tìm thấy ai đó còn tệ hơn mình và bạn có thể chỉ ngón tay vào họ và nói 'nhìn đi ... tôi có tệ lắm đâu.' Nếu bạn suy nghĩ chút, bạn sẽ thấy thương cảm cho những người kém may mắn, trong khi nếu bạn kém cỏi hơn, bạn sẽ tìm ai đó để giễu cợt. Trong gia đình tôi, chúng tôi luôn luôn có phần nào của cả hai.

"Ăn phần đậu của con đi, bởi những đứa trẻ đang chết đói ở Ấn Độ," mẹ tôi thường nói. Thế nhưng đến khi trao những cái phiếu thức ăn cho những người kém may mắn, bố tôi thường rít lên "nói những kẻ ăn bám lười biếng đó kiếm một việc làm" và sau đó ông đi thẳng vào một luận đề dài về cách 'những kẻ đó' moi tiền từ những đồng đô la tiền thuế của ông.

Tôi? Tôi chỉ giữ im lặng. Thậm chí có khi tôi không đồng ý.

Sự gièm pha về chủng tộc đối với người da đen hiếm khi được nói đến trong gia đình của chúng tôi, thậm chí cả bố mẹ tôi cũng nhận thức được rằng xã hội đủ sẽ không còn tha thứ cho sự phân biệt chủng tộc như vậy nữa. Nhưng với các cộng đồng thiểu số luôn là một mục tiêu dễ dàng, và thời thơ ấu của tôi đã được lấp đầy với những lời gièm pha đến nỗi sẽ có thể làm cho tai của bạn bốc cháy!

Khi tôi gặp Josh, tất cả những thành kiến đó đều quay trở lại trong đầu họ ...

Josh vào Đại học Massachusetts ở Lowell với một học bổng quân sự, và anh biết rằng sau khi tốt nghiệp, anh sẽ phục vụ sáu năm ở Quân đội Quốc gia. Được nuôi lớn bởi người mẹ độc thân sống ở những ngôi nhà xây cho người nghèo, gia đình anh ấy là tất cả những gì mà bố tôi ghét: những người nhận trợ cấp xã hội, thu nhập thấp, nhưng tệ hại hơn hết, Josh được sinh ra ở Puerto Rico. Tôi đoán đó là tại sao tôi giữ mối quan hệ trong bí mật. Tôi biết rằng gia đình tôi sẽ không ủng hộ việc tôi hẹn hò với anh, và khi họ làm vậy, tôi sẽ không có đủ can đảm để nói với họ tất cả để cút đi.

Tôi vội vã xuống Jackson Street, một hẻm gạch dài giữa những nhà máy sản xuất gạch đỏ, đưa con đường chìm vào cái bóng giữa ban ngày. Một số đã được chuyển đổi thành căn hộ, nhưng với tỷ lệ trống cao, bởi vì có nhiều nhà máy ở thành phố này hơn là các công ty để cung cấp công việc cho người dân. Các gia đình người Campuchia, Lào và Việt Nam, cũng như người gốc Tây Ban Nha, người Jamaica và người Haiti. Đây không phải là các dự án nhà ở, trên thực tế chúng được quảng cáo là "căn hộ cao cấp", nhưng khi tôi chỉ chúng cho bố tôi, ông ấy nói khiếm nhã rằng có thể là như vậy.

Tôi thì sao? Tôi nghĩ rằng chúng khá đẹp mắt. Có điều gì đó với những bức tường gạch đỏ đã làm cho tôi cảm thấy an toàn được đảm bảo.

Cây cầu đường Canal nhỏ và mới được xây dựng lại, được xây dưng bởi một công ty tham gia cổ phần của nhà máy. Nó băng qua kênh Hamilton, là một con kênh uể oải, kệnh cụt ra một hệ thống kênh đào lớn hơn đã không còn trở vào tua-bin nhà máy Appleton. Tôi vội vã vượt qua cây cầu và băng qua bãi đỗ xe. Như lời người công nhân đã nói, ở cuối đường Canal là một toà nhà rộng lớn màu trắng, và phía bên trái nó là một đường đi nhỏ không hẹn mà gặp với biển báo "không xâm nhập".

Tôi nhìn chằm chằm vào đống tuyết chưa được xúc và lớp tuyết phủ lạnh giá bên ngoài. Nếu không vì những dấu chân, đã cũ và đi vào phía tuyết, khá khó khăn để tin rằng đã từng là một con đường ở đây. Tôi vội vàng đi qua cái biển báo "không xâm nhập", hy vọng rằng không có ai lại cản trở tôi.

"Xin lỗi, thưa cô!"

Tôi nhìn nhanh về phía sau và nhìn thấy một người đàn ông mặc đồng phục xanh biển đang vội vã bước đến phía tôi, kiểu đồng phục này như của công nhân bảo dưỡng hay nhân viên bảo vệ thường mặc. Tôi chạy nhanh hơn, quyết định vượt qua cái cầu.

"Cô! Xin lỗi! Đây là tài sản cá nhân."

Tôi trượt chân trên tuyết và gần như ngã, nhưng tôi vực dậy và đối diện với anh ta, tim tội đập nhanh khi tôi chống đối lại một người thi hành nhiệm vụ.

"Làm ơn! Tôi phải vượt qua."

"Tôi không thể cho phép cô đi đường đó," anh ấy nói. "Nó không an toàn. Cây cầu này chưa được bảo trì."

Cái đồng hồ bỏ túi lại tích tắc lớn hơn, nhắc nhở tôi rằng tôi đã lãng phí khá nhiều thời gian với một tiếng đồng hồ của tôi. Nếu tôi làm những gì tôi được bảo, tôi có thể sẽ nhỡ gặp Josh ở bến xe. Tôi bắt đầu chạy, nhất quyết rằng, lần này, không có cái gì có thể ngăn cản tôi đi đưa tiễn anh ấy.

Người bảo vệ hét lên phía sau tôi, nhưng thật sự tôi đã rất nhẹ nhõm, vì anh ấy đã không quấy rầy mà đuổi theo tôi. Một hàng rào bê tông trải dài trên con đường đổ nát, nhưng nó chỉ là một trở ngại nhỏ, với những hình vẽ , tôi không phải là người duy nhất thường xuyên đi ngang qua đây. Tôi bước qua hàng rào, thầm cảm ơn vì ở đây, ít nhất thì, mặt trời đã chiếu đủ sáng để thấy những vật cản trên đường.

Vỉa hè trở nên gập ghềnh, và sau đó bị vỡ, nhưng như lời người công nhân đã hứa, có một cây cầu được duy trì tồi tàn trải dài ngang qua kênh Hạ Pawtucket. Bên trái tôi là thác nước nhỏ tên là Swamp Locks chia tách kênh Pawtucket thành ba nguồn cấp nước riêng biệt, trong khi ở hạ nguồn, tôi có thể nhìn thấy nơi mà cây cầu Central Street đang được xây dựng và từng phần. Trong ba năm tôi đã sống ở thành phố này mà không hề biết lối tắt này tồn tại. Nếu không có nhiều mảnh chai vỡ như thế, con suối này chắc hẳn sẽ trông đáng yêu hơn.

Tim tôi đập nhanh hơn khi tôi nhận ra rằng tôi không hề một mình.

"Này, chica!" năm đứa trai trẻ gọi, tất cả bọn chúng đều mặc áo khoác thể thao sặc sỡ hiện lên như một nhóm. “Dã từng tham gia bữa tiệc của chúng ta chưa?”

Bọn chúng nhìn như là thanh thiếu niên, có lẽ bỏ học, nhưng đứa lớn tuổi nhất trong nhóm có một cái nhìn thô thiển, thèm thuồng khi nhìn chằm chằm vào giữa hai chân tôi và liếm môi. Thằng đó không còn là vị thành niên nữa! Tôi cúi đầu xuống, quyết không để ý đến những gì đang diễn ra bên cạnh cây cầu.

"Awww ... không được như thế, chica!" Một trong những thằng trẻ hơn di chuyển về phía tôi. "Chúng ta chỉ đang tốt với cô ấy."

Hoặc là ngược trở lại chỗ an toàn của anh chàng bảo vệ, hoặc là tiếp tục khó nhọc đi về phía trước, nơi mà Josh đang chờ tôi ở City Hall. Tôi nhanh chóng đi qua họ, giữ đầu cúi xuống. Chúng nó huýt sáo và gọi tôi là bonita, nhưng ơn trời, chúng đã không đuổi theo tôi. Tôi nghe chúng cười và nói chuyện với nhau bằng tiếng Tây Ban Nha về việc nếu chúng có được môt chica balanca thì sẽ tuyệt vời như thế nào.

Con đường bên kia cây cầu rất thô ráp và đầy rác rưởi, kính vỡ, khăn bẩn và cỏ dại đang mọc lên trên những vỉa hè rạn nứt, nhưng may mắn thay là không còn ai cản trở tôi. Con đường tắt này đã giúp tôi tiết kiệm khá nhiều thời gian, và thời gian chính là điều tôi cần nhất bây giờ.

Tôi liếc cái bản đồ mà tôi đã in ra trước đó khi tìm địa chỉ người thợ kim hoàn. Con đường tắt này không được hiển thị trên bản đồ, nhưng tôi có thể nhìn thấy bãi đổ xe phía trước tôi nối với đường Dutton. Tim tôi đập nhanh hơn. Con đường vòng có thể đã làm tôi mất khá nhiều thời gian. Thậm chí ngay cả khi tôi thật vội vã, tôi có thể sẽ không đến được đó trước khi hết thời gian.

Tôi bắt đầu chạy.

Chương 5

Người ta nói rằng Jack Kerouac đã lớn lên ở thành phố này, học ở trường Trung học Lowell, và đã được trao tặng cấp bậc sau khi ông chết từ Đại học Massachusetts Lowell. Josh kính trọng Kerouac với tư cách là con trai của những người nhập cư, và trong khi Josh không phải là một học giả văn chương, anh thường đọc tôi nghe những đoạn trích từ On the Road. Josh đã đăng ký ROTC bởi vì anh muốn đi đây đó để nhìn ngắm thế giới, và với điều kiện kinh tế ít ỏi của gia đình, cách duy nhất để thực hiện ước mơ đó là gia nhập quân đội.

Tôi đã ngăn cản những suy nghĩ này trong tâm trí khi chúng tôi hẹn hò: lòng yêu nước của anh ấy, những buổi luyện tập thể lực kéo dài hàng ngày, và cách anh ấy ngưỡng mộ hai người anh họ của anh, những người vừa trở về sau nhiệm kỳ nghĩa vụ ở I-rắc. Tất cả đều quá dễ dàng để mơ mộng về việc nhìn ngắm thế giới mà bỏ qua những thực tế sẽ xảy ra, Josh đã ký kết sáu năm cuộc đời mình cho Quân đội. Ngay cả khi tôi biết anh ấy đã ký vào những đường chấm đó, tôi nghĩ rằng tôi đã có thể ngăn cản anh. Mà dù sao đi nữa, đó cũng là điểm ở anh mà tôi luôn yêu nhất. Luôn luôn che chở cho tôi. Thật là dũng cảm -tôi- luôn cảm nhận được mỗi khi ở bên anh ấy.

Với Josh, tôi đã ló ra khỏi những cuốn sách giáo khoa, dần dần, tôi đã học cách không trốn tránh phía sau chúng nữa.

Dịch vụ Vườn Quốc gia đã xây dựng nên một đường đi bộ bằng gạch đáng yêu bên cạnh kênh đào Merrimack, trong khi phía đối diện là đường sắt Lowell Scenic.Tôi đã từng đi dạo ở đây một lần khi Josh đưa tôi đến buổi triển lãm Jack Kerouac tại trung trâm tham quan. Anh ấy có lần ngỏ ý là muốn tôi đi cùng với anh. Tôi nói ngắn gọn với anh là tôi vẫn còn một năm ở đại học, anh cười và bảo tôi đừng có lo lắng, nói rằng anh sẽ làm nhiệm kỳ nghĩa vụ của mình nhanh gọn để anh có thể hoàn thành một "năm ở xa" đúng thời hạn và quay lại đây để nhìn thấy tôi tốt nghiệp.

Tôi biết một lời cầu hôn sẽ đến trước khi anh ấy rời đi huấn luyện. Không chỉ vì anh ấy úp mở việc đó trước khi Quân đội đã xây dựng và trang bị 182 binh sĩ, mà còn là vì sự úp mở đó ngày càng rõ ràng hơn khi anh nhắn tin cho tôi mỗi ngày. Trong những bức thư của anh ấy tôi đã thấy được sự khẩn thiết, và chỗ yếu dễ tổn thương của Josh, và mặt đó của anh đã làm tôi sợ, bởi vì Josh luôn luôn là chỗ dựa mạnh mẽ cho tôi.

Hơi thở của tôi dồn dập, khó nhọc thở hổn hển khi tôi chạy như bay xung quanh những cái gạch lộn xộn và cố gắng để không bị vấp ngã. Ở phía bên kia đường lụp xụp những tòa nhà kinh doanh đổ xuống mang những cái tên lạ kỳ, nghe đầy tính văn hoá đặc trưng. Con kênh này đã khéo léo phân tách phần này của thành phố mà Dịch vụ Vườn Quốc gia đã dọn sạch từ phía bên kia, nơi ở của những kẻ đó, những người sống trong các ngôi nhà dành cho dân thu nhập thấp ở kéo dài đến tận sông Merrimack. Tôi chạy ngang qua vài thanh niên mặc áo quần sặc sỡ của một băng đảng châu Á khét tiếng. Tôi tăng tốc, không muốn bị tóm lại dù bây giờ là ban ngày, dường như là chúng cũng không có ý gạ gẫm tôi.

Tiếng tích tắc mỗi lúc càng lớn hơn, nhắc nhở tôi là tôi chỉ còn có mười một phút. Bốn mươi chín phút tôi đã bỏ lỡ! Bốn mươi chín phút đáng quý mà tôi đã có thể nói với Josh lời xin lỗi và nói lời chào tạm biệt với người đàn ông tôi yêu! Tôi ghì lấy eo của mình và gắng ngăn chặn cơn đau xóc một bên, như cái kiểu mà tôi luôn dùng như một lời cáo lỗi để khỏi phải chạy mỗi khi anh ấy gọi tôi cùng tham gia những buổi huấn luyện sức khoẻ.

Chúa ơi, anh ấy là một người đàn ông thật tuyệt vời! Cao ráo, lực lưỡng, với mái tóc đen nhánh và thậm chí đôi mắt cũng đen láy, làn da ô liu mà nụ cười toả sáng cả gian phòng như anh ban mai. Chính là nụ cười ấy đã luôn làm tôi chú ý mỗi khi tôi giấu mình ở phía sau các cuộc thao diễn quân sự, tò mò muốn nhìn người đàn ông trong lòng tôi với bộ đồng phục đột ngột chiếm cả trường học. Và khi tôi chuẩn bị rời đi, tôi vấp ngã và làm rơi hết sách vở, rồi chàng học viên quân sự đẹp trai nhất đã đến và giúp tôi nhặt sách lên. Đó là lần đầu tiên tôi dám cười với một người đàn ông cao lớn và nam tính đến thế, và khi anh theo đuổi tôi, tôi đã mất khá nhiều thời gian để thuyết phục bản thân tin rằng sự quan tâm của anh ấy là chân thật.

'Thằng đó chỉ muốn có thẻ xanh,' bố tôi nói vậy khi tôi cuối cùng đã quyết định kể với ông rằng tôi đang hẹn hò với một anh chàng Puerto Rican. 'Thằng đó sẽ cưới con, và sau đó li dị con vào giây phút mà nó có được cái nó muốn.'

"Nhưng mà Puerto Rico là Lãnh thổ Uỷ trị của Mỹ," tôi hét vào cái ảo tưởng đó. "Anh ấy chẳng cần cái thẻ xanh nào để ở lại đây."

'Nó là người ngước ngoài!'

"Josh sinh ra công dân ở đây, giống như bố và con vậy!"

'Cha nó đang ở trong tù.'

"Josh chẳng bao giờ biết đến bố của anh ấy cả! Mẹ anh đã rời khỏi Puerto Rico và đến đây để tránh khỏi ông ta khi Josh chỉ mới hai tuổi."

'Mẹ thằng đó có ba đứa con từ ba người đàn ông khác nhau.'

"Đó chẳng phải là lỗi của bà ấy, là những người chồng đã ngược đãi bà. Bà ấy đã phải li dị họ để bảo vệ con của bà."

Conchita Padilla, trong tâm trí tôi, là một con hổ. Một người mẹ độc thân, không giống như mẹ tôi, bà đã từ cự tuyệt bảo vệ và nhìn con mình bị ngược đãi... Tại sao, tại sao tôi lại đi hỏi cha mẹ tôi về lời khuyên của họ khi tôi biết rằng họ sẽ nói những điều khủng khiếp?

'Nếu mày kết hôn với hắn ta, mày sẽ dành phần đời còn lại của mày như một nữ hoàng phúc lợi.'

Tôi khóc nức nở và chạy nhanh hơn, xấu hổ vì tôi đã không đủ mạnh mẽ để tránh khỏi họ một lần khi Josh đi trại huấn luyện. Tôi đã cô đơn, vì vậy tôi đã về nhà và kể với bố mẹ tôi rằng tôi yêu một anh chàng ngoại quốc chỉ vừa mới tốt nghiệp đại học và gia nhập quân đội.

Họ chẳng thèm quan tâm khi tôi nói rằng không ai có thể làm việc chăm chỉ hơn Josh. Không chỉ ở vấn đề học hành, mà anh ấy đã đạt chỉ toàn điểm A và B; không chỉ với công việc phụ anh ấy đã nhận để kiếm tiền mua cái đồng hồ vàng cho tôi; mà anh ấy còn được tăng cấp bậc ở ROTC và đó đã là tấm vé vào Đại Học của anh. Khi anh đi trại huấn luyện dành cho lính mới tuyển, anh đã viết thư cho tôi, kể cho tôi nghe một cách tự hào rằng như thế nào, mà nhờ vào cuộc huấn luyện ROTC này anh đã được thăng cấp đến bậc thiếu uý. Và với mức lương của một thiếu uý, anh ấy tế nhị nói rằng anh sẽ kiếm đủ tiền để nuôi sống một gia đình.

Nhưng Josh đã không ở đây khi anh ấy tham gia đợt huấn luyện cơ bản đó, nên tôi đã rút lui sống ẩn dật lại vào trong cái vỏ bọc của mình. Khi anh ấy viết thư và nói rằng anh còn 24 tiếng đồng hồ để giải quyết công việc, tôi đã dần dần trở ra về với gia đình để xin lời khuyên. Không phải những lời ghét bỏ của bố tôi cuối cùng đã làm tôi trở nên hèn nhát, mà chính là những lời nói nhẹ nhàng của mẹ đã gieo rắc nỗi kinh hoàng trong tôi:

'Nó sẽ cầu hôn con rồi con sẽ đợi nó trong khi nó đi vắng, và sau đó khi trở về nó sẽ bỏ con để tìm ai đó tốt hơn.'

Chiếc đồng hồ bỏ túi trong tay tôi lại kêu tích tắc, 'tốt hơn, tốt hơn, tốt hơn.' Không phải là vấn đề Josh có đủ tốt với tôi không, mà chính là nỗi sợ thầm kín trong tôi rằng tôi không xứng với anh!

Nước mắt rơi lã chã trên má tôi vì tôi nhận ra rằng tôi đã không tốt với anh.

"Mặc kệ," Tôi hét thẳng vào những ảo giác mà bản thân không thấy được. "Lần này, tôi sẽ quyết định số phận của chính mình!"

Tôi trượt cái ba lô xuống, cái ba lô chất đầy những sách giáo khoa nặng đến 40 pound, rồi tôi ném nó xuống đất. Từ đằng xa tôi đã có thể thấy tấm bia bằng đá ganite, đánh dấu cho những ngôi mộ của bốn người chiến sĩ cuộc nội chiến, và sau đó là toà thị chính, và buổi lễ tôn vinh những người đàn ông đang đi cùng đoàn bộ binh 182 đến Afghanistan.

Mồ hôi đổ xuống lưng tôi khi tôi vừa đến đường Merrimack và lao như bay qua đường, bỏ mặc thực tế là tôi đang không đi đúng làn đường. Những chiếc xe hơi rít lên thắng lại và bóp còi om sòm vào tôi, nhưng tôi vẫn băng qua cây cầu cuối cùng qua kênh đào Merrimack, tuyệt vọng cố chạy đến quảng trường chỉ vừa kịp lúc.

Thành phố Lowell trông lờ mờ như một toà lâu đài cổ tích lấp lánh dưới ánh mặt trời, những đường chạm khắc bằng đá granite bạc và sự hài hoà giữa kiến trúc Gothic và Romanesque Revival. Ở trên đỉnh của nó dâng lên một toà tháp trung tâm với một cái đồng hồ khổng lồ, cây kim đen chỉ vào 11:53 trưa. I gần như hoảng hốt, nhưng mà cái đồng hồ này nhanh hơn so với đồng hồ của tôi đến 1 phút. 8 phút qua đi. Tôi còn 8 phút để chạy đi tìm Josh.

Hơi thở của tôi dồn dập hơn khi tôi chạy vút qua bia đá và một bức tượng nữ thần đang nắm một vòng hoa chiến thắng phía trên đầu tôi. Cử chỉ tốt bụng của nữ thần cho tôi thêm hi vọng, như báo hiệu rằng đích đến của tôi đang đến gần. Bảy phút. Tôi đã gần đến đó.

Archand Drive để lộn xộn những chiếc xe hơi, và hai chiếc xe buýt màu ô liu xanh đã che khuất tầm nhìn của tôi, hai chiếc xe buýt sẽ mang Josue của tôi đi xa. Tôi len lỏi qua hai chiếc xe buýt , đi qua những đám người ở quảng trường khi giọng của Thị trưởng thành phố vang lên đầy tự hào của thành phố đối với quân đội của họ. Những người tụ tập lại là những người thuộc nhóm người số ít trong thành phố, và nhiều người ăn mặc trang trọng hơn là họ đang tham dự lễ tốt nghiệp của con họ.

"Cho tôi qua!" Tôi hét lên, mặc kệ bất cứ thứ gì như là thô lỗ hay hay đẩy người khác đi. Tất cả những gì tôi phải làm là nói với Josh rằng đừng đi trên con đường cao tốc, và những việc còn lại chúng tôi có thể giải quyết sau khi anh về.

Một bóng bước lên trước mặt tôi. Một bàn tay người phụ nữ đẩy vào ngực tôi khá mạnh làm cho tôi phải lùi bước và gần như ngừng thở.

"Mày đang làm gì ở đây?"

Tôi thở mạnh và há hốc mồm nhìn mẹ của Josh. Bà ta đang đứng ngay trước mặt tôi, một con hổ cái nâu dữ dội, kiên quyết bảo vệ hổ con ra khỏi một đứa hèn nhát đã nhắn tin cho con trai bà rằng nó không muốn gặp anh ấy nữa. Conchita Padilla đã đến đây với bộ đồ đẹp nhất của bà ấy, và bên cạnh bà là em trai và em gái của Josh, ông bà và họ hàng của anh ấy, tất cả đều hiện lên một vẻ thù hằn với tôi.

"Cháu - cháu - cháu đến để tiễn anh ấy."

"Mày không xứng đáng để đi tiễn con trai ta!"

Tôi lùi lại, vì tôi biết dù tôi có cầu xin bao nhiêu đi nữa, Conchita sẽ không bao giờ để tôi đi qua. Sau khi Josh đi, tôi đã đến chỗ mẹ anh để hỏi anh ấy đã được cử đến đơn vị nào để tôi có thể viết thư cho anh ấy và xin anh tha thứ. Conchita Padilla đã nhổ vào mặt tôi và nói với tôi rằng nếu anh ấy chết ở đó, đó là lỗi của tôi vì Josh đã đau khổ đến trở nên liều lĩnh.

"Bác nói đúng, bác nói đúng," Tôi khóc lóc, pha trộn giữa quá khứ và hiện tại. "Cháu không xứng với anh ấy. Nhưng làm ơn! Cháu phải đến để nói anh ấy đừng đi vào con đường cao tốc!"

Tôi chưa bao giờ đã gửi được một lá thư đến cho Josh, hoặc nếu tôi có, anh ấy hẳn đã cho những bưu điện chuyển tiếp để hoàn trả những bức thư đó còn nguyên, đóng dấu 'không đóng tại căn cứ này.' Josh là một người trung nghĩa, đầy nhiệt huyết, nhưng anh ấy sẽ không bao giờ tự hào để bò đến một con bé hèn nhát đã phản bội anh một đêm trước khi anh phải chuyển đi.

Một cái gì đó trong cách sử xự của tôi đã làm cho bà ấy di chuyển, vì Conchita đã đứng sang một bên, nhưng cô ấy lắc những ngón tay vào mặc tôi và đôi mắt nâu ánh lên đầy giận dự cùng những lời buộc tội.

“Mày đã làm tan vỡ trái tim nó!"

Tôi gật đầu, với bất cứ cái gì tôi có thể nói.

Tháp đồng hồ của toà thị chính đánh điểm giờ với những âm vang sâu, báo lên một điềm đáng lo. Một tiếng vang, hai tiếng vang.

“Làm ơn!” Tôi hét lêm. “Cháu phải nói với anh ấy đừng có đi vào con đường cao tốc!”

Conchita chỉ vào phía cuối dòng người đàn ông mặc đồng phục xanh, tất cả đều xếp hàng cùng với các nhân viên cảnh sát đội quân danh dự từ điểm cũng là một phần của quảng trường này. Rất nhiều viên cảnh sát đã từng là những cự chiến binh, và đó là hy vọng của Josh một ngày nào đó sẽ được đứng trong số người đó. Tôi bắt đầu chạy, mặc kệ dù biết rằng tôi đang chạy xông vào hàng cảnh sát.

"Josh!" Tôi vung tay lên một cách điên cuồng. "Josue!"

Với mái tóc cắt ngắn và khuôn mặt sắc cạnh hơn vì chuyến đào tạo quân sự cơ bản, tôi gần như không nhận ra rằng anh ấy đang đứng thứ ba từ cuối dòng. Anh do dự, và rồi bỏ ra khỏi hàng lối, bỏ qua lệnh phạt của chỉ huy. Anh ấy trông cao lớn hơn trước đây, vai rộng hơn, như thể là đợt huấn luyện cơ bản đã dạy anh ấy cách để mang gánh sức nặng của cả thế giới.

Tháp đồng hồ lại vang lên khi tôi lao vào vòng tay anh, khóc lóc một cách điên cuồng.

"Đừng đi theo con đường cao tốc, đừng đi theo con đường cao tốc," tôi khóc oà. "Ôi lạy chúa, Josh, làm ơn đừng đi vào đường cao tốc không thi anh sẽ chết đấy."

Josh nhìn chằm chằm vào tôi, vẻ mặt anh thoáng bối rối. Tôi sợ anh ấy sẽ đẩy tôi đi, nhưng sau đó khuôn mặt anh thắp sáng lên một nụ cười rạng rỡ.

"Em yêu, em đến tiễn anh à?"

Tháp đồng hồ đã dừng việc đánh điểm giữa trưa. Tôi nghĩ rằng cả thế giới sẽ chấm dứt, nhưng Josh vẫn sống trong vòng tay tôi; Ấm áp, hiện hữu và đẹp như anh đã luôn như vậy.

"Em rất xin lỗi," tôi ôm lấy mặt anh. "Em yêu anh, em đã sợ, đúng vậy, em sợ rằng anh sẽ rời bỏ em để đi theo một người khác tốt đẹp hơn. Em nhẽ ra không nên nghe theo lời bố mẹ".

Đồng hồ trong tay tôi bắt đầu kêu vang. Trái tim tôi chất đầy sợ hãi. Tháp đồng hồ đã đặt với một phút nhanh hơn thực tế, nhưng khi Urðr đánh điểm đúng giờ trưa, thì thời gian của tôi với Josh cũng sẽ kết thúc.

Josh ôm tôi vào lòng, ngực anh ấy rung lên với những xúc cảm. Mắt anh sáng lên lấp lánh và ướt trong ánh mặt trời.

"Anh đã không nghĩ là em sẽ đến."

Anh cúi xuống hôn tôi, nhưng khi môi anh vừa chạm vào tôi, chiếc đồng hồ đã vang lên tiếng chuông thứ mười hai. Josh mờ dần trong tay tôi. Tôi giữ chặt anh, tuyệt vọng ôm lấy anh, tuyệt vọng hít vào một hơi thở cuối cùng, nhưng anh đã không còn ở đó, vì đó là quá khứ và đây là hiện tại. Tất cả mọi người đã biến mất. Thị trưởng đã biến mất. Hai chiếc xe buýt đưa anh lên máy bay tiễn anh đến một đất nước xa lạ để bị giết trong cuộc chiến tranh cho ai khác đã biến mất, để lại tôi đứng một mình trên quảng trường với hai cánh tay như đang nắm lấy, ôm lấy một bóng hình đã chết gần sáu tuần.

Tôi quay đầu mạnh và gào lên vì đau đớn, vì đã không có gì thay đổi. Tất cả những gì tôi đã làm được là lời chào tạm biệt.

Tôi lảo đảo qua những bậc thang dẫn tới đồn cảnh sát và ngồi xuống bên rìa để khóc. Một cặp vợ chồng đi ngang qua tôi cười, người phụ nữ mặc một chiếc váy ngắn màu trắng bên dưới áo khoác mùa đông của cô ấy và người đàn ông mặc com lê, trông hơi khoa trương khi họ đi vào City Hall để xem Thẩm phán hoà giải.

Một cảnh sát đi ngang qua và hỏi tôi xem tôi có ổn không. Tôi dối và nói với anh ấy rằng tôi đã trượt ngã trên băng, bởi vì đây không còn là những ngày mùa xuân xinh đẹp nữa khi tôi giấu mình trong ký túc xá như một kẻ nhút nhát, nhưng là đầy một năm sau đó, ngày Josh sẽ về nhà nếu anh ấy không đi và bị giết.

Viên cảnh sát đã giúp tôi đứng dậy và dặn tôi phải cẩn thận với băng đen. Tôi liếc lên tháp đồng hồ, giờ đây là 5 giờ 25 phút. Tôi đã hứa với bác thợ đồng hồ tôi sẽ trở lại trước khi đặt lại Urðr. Chí ít thì tôi có thể trả lại nó là lấy lại cái đồng hồ của Josh.

Vai tôi chùng xuống, tôi lê bước xuống phố Merrimack, biết chắc chắn rằng trong lúc này, cây cầu kênh Hạ Pawtucket sẽ không cản trở chuyến đi của tôi nữa.

Chương 6

Tôi rẽ vào một toà nhà để nhặt lại ba lô của tôi từ một ngõ hẻm bây giờ đã tối nhom, nơi mà tôi đã vứt nó, nhưng nó đã không còn ở đó, đã biến mất từ ngày này một năm trước. Tôi nhìn mãi vào chiếc xe buýt trong thành phố khi nó lướt đến bến xe buýt, các cửa sổ thắp sáng, mang đến một hứa hẹn của sự ấm cúng và thoải mái trong phòng ngủ tập thể của tôi, nhưng tôi phải hoàn trả cái đồng hồ, và lần này, tôi sẽ không bao giờ thất hứa.

Tôi dừng lại ở Cầu Cảng Lower Pawtucket và nhìn chằm chằm vào dòng nước tăm tối, băng giá đang chảy xiết bên dưới hướng tới hội tụ háo hức với dòng sông Concord. Tôi thoáng qua nghĩ đến việc nhảy xuống đó, nhưng như vậy thì quá dễ để kết thúc cơn đau của tôi, và còn nữa, Josh sẽ không bao giờ muốn vậy. Nếu cây cầu đã không bị chặn một năm trước đây, liệu tôi có thể đến đó sớm để giải thích tại sao anh ấy không nên đi trên con đường cao tốc? Điều gì xảy ra nếu tôi không chia tay mọi thứ trong ngày trước khi anh phải đi, mà ra gặp mặt anh ấy lúc anh ấy cầu hôn tôi? Tôi có thể kết hôn với anh ấy ngày hôm đó không, nhưng điều tôi nghi rằng anh ấy muốn? Mà thâm chí là tôi có cưới anh, thì điều đó có thay đổi gì không?

Những tảng băng trôi qua, bắt những tia sáng cuối cùng của hoàng hôn sắp tàn.

Không, không có gì thay đổi. Tôi đã yêu một người lính, và khi được gọi, Josh đã sẵn sàng chết để bảo vệ những người lính bạn của mình. Điều duy nhất có thể thay đổi là Josh đã viết thư cho tôi mỗi ngày, như lúc mà anh ấy đang ở trong trại huấn luyện, và có lẽ anh ấy sẽ cho tôi thấy, giống như thần tượng Kerouac, anh ấy thực sự có tâm hồn của một nhà thơ. Tôi vẫn sẽ cô đơn và đau khổ, và chỉ chúa mới biết tôi đã nhớ anh ấy như thế nào. Bố mẹ tôi sẽ nói với tôi, 'xem kìa, mày đã vứt bỏ cuộc sống của mày,' khi tôi khóc vì nhớ nhung tình yêu của mình, nhưng tôi thực sự có thể như vậy? Khi không có ai khác có thể thay thế vị trí trong tim của anh ấy trong tôi?

"Ít nhất thì mình cũng đã ôm anh ấy lần cuối cùng," Tôi nói với dòng nước lạnh giá. " và như vậy, mình nghĩ là, mình nên cảm thấy biết ơn."

Hơi thở của tôi mờ sương khi tôi lê bước về phía cửa hàng đồ trang sức, vẫn lạnh giá, và cũng không lạnh như lần trước tôi đã đến đây.

Lowell là một nơi rất khác vào ban đêm khi các cửa hàng đóng cửa và những con đường yên tĩnh, đặc biệt là vào mùa đông, khi chỉ có những người sống trên đường phố và rãi rác những kẻ du côn. Đây là một thành phố xinh đẹp, được xây dựng dọc theo một loạt các con sông và kênh rạch, nhưng kể từ khi các nhà máy dệt chuyển đi, đây cũng là một khu vực tương đối nghèo, với sự pha trộn dân tộc mà đôi khi mang đến rắc rối. Tôi luôn luôn tránh việc đến thành phố vào ban đêm, ẩn nấp trong sự an toàn của khuôn viên trường.

Những bóng dài nguy hiểm xuất hiện nguy hiểm từ các con đường. Một ông già đang cầm cái túi giấy màu nâu gọi tôi và hỏi tôi có tiền lẻ không. Hai tên côn đồ đi qua và huýt sáo tôi, cả hai đều mặc áo quần như băng đảng giống như những đứa đã mặc hôm nay, hay là năm ngoái? Chỉ mới hôm qua, bất cứ cái gì trong những việc này đều làm tôi sợ hãy chạy thẳng về kí túc xá và chôn nỗi sợ hãi đó và đống bài tập, nhưng hôm nay, ước muốn của tôi để tưởng nhớ ngày Josh nhẽ ra sẽ trở về nhà với việc sửa lại chiếc đồng hồ, cuối cùng đã bắt buộc tôi vượt qua nỗi sợ hãi bé nhỏ của mình.

Một người đàn ông đội mũ trùm đầu bước nhanh ra khỏi cửa hàng ấm đồng Kappy và chặn đường tôi, nhìn chằm vào tôi khi hắn hút từng hơi ngắn điếu thuốc lá không lọc của mình. Hắn nồng nặc mùi bia, mặc dù bây giờ trời chỉ mới nhá nhem tối. Rồi hắn thổi ra một vòng khói thuốc.

"Này cưng---" hắn làm một hành động tục tĩu với đáy quần của mình. "Cưng có cần bật lửa không?"

"Lui ra," tôi rít lên, vuông dọc bờ vai lên như cách mà Josh đã dạy tôi để trông nó lớn hơn thực tế. "Không thì tao sẽ đá vào đầu mày."

Tôi trừng mắt nhìn hắn cho đến khi hắn ta bước lùi lại và để tôi đi qua. Tôi thận trong di chuyển, sẵn sàng đấm hắn ta nếu hắn cố tình túm lấy cánh tay tôi. Cuối cùng thì tôi đã đến tòa nhà gạch duyên dáng với những chữ vàng mà chỉ ra đó là một di tích từ một kỷ nguyên tử tế và quý phái hơn. Các tấm màn đã bị kéo xuống và biển hiệu báo đóng cửa, nhưng nhìn sâu bên trong, tôi có thể nhìn thấy ánh sáng vẫn còn ở phía sau phòng.

Tôi gõ cửa, hy vọng rằng tôi đã không quá muộn. Ít nhất, tôi cần phải hoàn trả lại Urðr trong cái hộp. Đây có phải là một giấc mơ? Có lẽ, trong cùng một khoảng thời gian đã trôi qua, đó chỉ là câu hỏi về năm mà tôi đã đi qua.

Một cái bóng lướt qua ánh đèn bên trong cửa hiệu đồ trang sức. Lát sau, cánh cửa mở toang, và đứng đó là thợ đồng hồ, đeo cái kính đặc biệt, có một vài cặp kính một mắt nhô lên cùng một lúc.

"Ah, cô gái trẻ, cháu đã trở lại," người thợ đồng hồ nói. "Ta đã nghĩ rằng cháu sẽ làm như vậy. Ta đã gọi cho con gái mình và bảo nó đến đón muộn một chút. Cháu là khách hàng thứ hai ngày hôm nay đã hỏi ta đặc ân đặc biệt này."

"Bác không sợ cháu sẽ bỏ trốn với đồng hồ của bác ạ?"

"Ồ, không," thợ đồng hồ nói. "Những cái đồng hồ có thể tự lo lấy chúng. Ta đơn giản chỉ là người giữ chúng hoạt động tốt."

Tôi đi lướt vào trong cánh cửa, cọ xát cánh tay mình để mang lại cảm giác với chúng. Ba lô của cháu đã mất rồi, cũng như ...

"Cái nhẫn..."

Ôi không, cái nhẫn của Josh đã ở trong ba lô của tôi! Ba lô mà tôi đã để lại trong một thời gian khác!

"Đồ của cháu ở đó kìa," người thợ đồng hồ chỉ vào quầy hàng với những cái lồng kính. "Cháu không được phép để lại bất cứ thứ gì lại mà có thể tạo ra nghịch lí thời gian, cho nên khi người ta để rơi thứ gì, thì chúng thường được gửi lại ở đây."

"Luôn luôn?" Tôi hỏi.

"Chỉ đôi khi." Đôi mắt xanh của ông lấp lánh. "Số phận không muốn những cô gái trẻ làm rơi sách giáo khoa của mình. Nhất là khi cô gái đó chỉ còn ba tháng nữa là tốt nghiệp."

Tôi trao trả Urðr và ông ấy khập khiễng đi đặt lại nó bên dưới chiếc lồng kính một cách cẩn thận. Tôi đã không chú ý khi có sáng bên ngoài, nhưng mà cả ba chiếc đồng hồ đều phát sáng với ánh phát quang từ bên trong. Cách nào đó mà tôi đã nghĩ rằng đó là tinh thể thạch anh mà đã tạo nên anh sáng đó, nhưng với một năng lực khác, liên quan đến khả năng di chuyển xuyên thời gian của những chiếc đồng hồ.

"Bác sẽ làm gì với chúng khi bác nghỉ hưu?" Tôi hỏi.

"Họ sẽ tìm thấy một người mới chăm sóc họ," anh nói. "Họ rất thận trọng về những người họ giúp đỡ, và thậm chí thận trọng hơn với những người mà họ chọn để liên hệ hàng ngày".

"Bác có thể sử dụng họ để làm mình bất tử được không?"

"Tại sao bây giờ ta lại muốn điều đó?" Người thợ kim hoàn chỉ tay vào cửa hiệu, nơi mà lần nữa đang treo bảng bán để nghỉ hưu. "Ta đã sống một cuộc đời dài, với một vài nuối tiếc, và trong khoảng thời gian tiếp theo của cuộc đời mình, ta sẽ luôn được vui vầy cùng với gia đình mình."

Nước mắt dâng tràn trong đôi mắt tôi, nhưng đó không phải là những giọt nước mắt đau khổ hay hạnh phúc, nhưng là của một cảm xúc khá, có thể là vì một cảm giác khuây khoả?

"Cháu sẽ còn gặp anh ấy nữa không?" tôi hỏi.

"Cháu đã nói ra những cảm xúc của mình chưa?"

"Vâng ạ," tôi nói. "Hoặc chí ít cháu nghĩ cháu đã nói."

"Vậy thì cháu có thể sẽ gặp lại anh ấy," ông nói. "Bởi vì nó rất đề cáo cháu. Nó viết về cháu trong mỗi lần gửi khoản thanh toán."

Người thợ đồng hồ lấy ra một bó thư được gói lại trong một sợi dây thun, sau đó là chiếc đồng hồ của tôi, đang nằm trên một mặt phẳng nhung màu xám.

"Bác đã sửa nó à?"

"Ừm." Người thợ đồng hồ lấy nó lên là đeo vào cổ tay tôi. "Đó là một điều kỳ lạ là rằng đôi khi một tạp chất nhỏ sẽ làm các bánh răng bị kẹt, nhưng nếu ta gỡ bỏ nó ra, nó sẽ làm việc tốt."

Chiếc đồng hồ đeo vững vàng trên cổ tay tôi. Kim đồng hồ giờ đây chỉ ở 6:08, không còn bị mắc kẹt ở 3:57 chiều nữa.

"Cám ơn," tôi nói.

Có tiếng gõ ở ngoài cửa. Người thợ đồng hồ nhìn lên và mỉm cười.

"À... đây sẽ là vị khách cuối cùng." Ông chỉ vào cánh cửa. "Cháu có phiền giúp ta mở cửa không?

Tôi lúng túng với cái khoá và kéo cửa vào. Hiện ra dần dần phía trên tôi gần một foot là một người đàn ông gầy, làn da ngăm đang mặc áo khoác nguỵ trang và quần jeans thông thường. Khuông mặt anh thoáng mệt mỏi, nhưng đôi mắt ánh lên sự nhiệt thành.

"Josh?"

Tôi chớp mắt, và sau đó sự nhéo lấy bản thân mình, chắc hẳn là một sự nhầm lẫn. Và sau đó tôi phản ứng lại và ném mình vào cánh tay anh.

"Josh!!!"

Tôi ôm chặt anh và khóc nức nở, và rồi tôi hôn anh, sau đó tôi lại khóc nức và ôm lấy anh và khóc đến khi sưng cả mắt và ướt đẫm cả áo của anh.

"Có chuyện gì vậy em yêu? Josh đỡ lấy tôi. "Có chuyện gì tồi tệ xảy ra à?"

"không, không, tất cả đều tuyệt vời," tôi thổn thức. "Em chỉ.. Em nghĩ là em đã mất anh?"

"Chỉ là cần ít thời gian để anh tìm một chỗ đậu xe, chỉ như vậy thôi," Josh nói. "Đã quá lâu rồi từ khi anh lái xe như một người bình thường, cho nên khá là vất vả khi anh phải lái qua những hàng tuyết. Có lẽ phải mất đến sáu tuần chỉ để quen lại với việc lái xe ở đây."

Anh nhìn vào cổ tay tôi.

"Bác ấy có thể sửa chữa nó phải không?"

"Sửa cái gì?"

"Đồng hồ của em," Josh nói. "Em đã nhờ anh thả em ở đây để em có thể thay pin trước khi cửa hàng đóng cửa."

Tôi liếc nhìn người thợ đồng hồ, người đang mang một vẻ hài lòng như một con mèo Cheshire. Làm thế nào bác ấy có thể nhớ đến hai khoảng thời gian khác nhau, nhưng tôi chỉ có thể nhớ một trong chúng nó?

"Em, ừ, vâng," tôi lắp bắp. "Nó được bảo hành."

Josh liếc về phía người thợ đồng hồ và sau đó sải bước để bắt tay ông. Đó không phải chỉ là một cái bắt tay, mà là một cử chỉ đẹp của người quân nhân trao cho một người quân nhân khác.

"Bác Martyn, thưa bác. Rất vui được gặp bác lần nữa."

"Ta đã giữ nó cho cháu, con trai, như cháu đã viết cho ta vậy," người thợ đồng hồ nói. "Cháu phải vui mừng khi trở lại vùng đất của những người sống."

Bác ấy đưa cái hộp nhỏ nhung màu đen vào tay Josh và đưa cho anh một cái nháy mắt tinh nghịch. Josh đặt hộp vào túi.

"Cảm ơn vì đã giữ nó cho cháu, thưa ngài," Josh nói.

"Cảm ơn cháu," người thợ nói, "vì đã cho câu chuyện này một kết thúc có hậu."

Josh nắm lấy tay tôi, và dẫn tôi ra khỏi cửa hàng.

"Em ổn chứ, em yêu, em trông giống như em đã nhìn thấy một con ma vậy?"

Tôi quàng tay quanh cổ anh và ngẩng đầu lên để hôn, và cuối cùng khi tôi để anh ấy ngẩng lên với không khí, chúng tôi đi chậm rãi đi qua những con đường tối tăm với chiếc xe mượn của mẹ anh, với Josh ở bên cạnh tôi, một thành phố hiền lành đầy vẻ đẹp. Bàn tay anh thật ấm áp, vững chắc, và thật, như thế tất cả những điều đã xảy ra chỉ là một giấc mơ.

"Em phải hỏi," cuối cùng tôi cũng nói. "Khi anh ở Afghanistan, anh đã đi trên con đường cao tốc đến Paktika không?"

Đôi mắt của Josh mờ đi, hiện lên sự tối tăm và phiền muộn, và trong một khoảnh khắc có vẻ như tôi đã sở hữu hai ký ức, một nơi Josh đã chết, và một nơi khác mà anh ấy đã viết thư cho tôi và kể rằng anh đã cảm thấy buồn đến mức nào khi anh bị buộc phải hành xử một cậu bé-lính Taliban không lớn hơn tuổi mười ba là mấy.

"Anh không biết điều gì đã thúc đẩy anh giao một người lính đi lên đỉnh núi vào ban đêm khi chỉ huy đã ra lệnh cho tụi anh tăng cường cơ sở hoạt động chuyển tiếp ở Paktika," Josh nói, "nhưng điều đó đã cứu sống anh." Taliban đang chờ đợi để phục kích trên đường cao. Nếu người trinh sát đã không cảnh báo chúng anh rằng cần phải gọi cứu trợ, tất cả mọi người trong đơn vị của anh có lẽ đã bỏ mạng. "

Không phải tất cả. Mà chỉ có anh..

"Em đã dặn anh đừng bao giờ đi trên đường cao đó," tôi nói.

"Em đã nói," Biểu hiện của Josh thoáng bối rối, "nhưng sau đó khi anh viết thư cho em về chuyện đó và hỏi em tại sao em lại buồn đến như vậy khi anh đi, em khẳng định rằng không hề có những chuyện đó. Anh sau đó đã quên hết những chuyện đó, thực sự, cho đến khi trước lúc tụi anh đi trên con đường cao đó."

Josh ... đã viết thư cho tôi? Và tôi ... đã trả lời? Chúng tôi đã viết những gì cho nhau trong một năm anh ấy đi? Và làm sao để tôi có thể chắc chắn rằng tôi đã không bao giờ tiết lộ với anh rằng tôi đã không ở đó trong lần đầu tiên, mà chỉ sau khi Số phận đã thương cảm với tôi và cho phép tôi cố gắng một lần nữa?

Không phải tôi... là anh ấy. Số phận đã can thiệp chuyện đó cho anh ấy.

"Em hy vọng là anh vẫn giữ những bức thư?"

"Tất nhiên là anh đã giữ," Josh nói. "Tất cả 365 bức thư."

Anh ta tặng tôi một nụ cười đáng giá triệu đô la khi anh mở cánh cửa xe để giúp tôi lên xe và tôi lại một lần nữa nhắc nhở rằng cơ hội thứ hai để ở bên cạnh anh là một món quà. Anh đi sang phía bên kia, bước vào xe, và chắc chắn là tôi đã khóa cửa xe trước khi anh khởi động động cơ. Tôi ấn vào tay anh, tỏ ý chưa muốn anh đi.

"Bây giờ chúng ta đi đâu?" Tôi hỏi.

Josh vuốt ve túi của anh một cách đãng trí. Tôi biết anh ấy muốn đi đâu. Đến nhà hàng yêu thích của chúng tôi, nơi anh ấy sẽ tặng tôi chiếc nhẫn và cầu hôn tôi. Anh ấy sẽ lấp đầy đầu tôi bằng những lời mơ mộng về một đám cưới lớn vào tháng 6 ... nếu điều này không làm tôi quá sợ để kết hôn với một người đàn ông mà sẽ thuộc về Quân đội trong năm năm tiếp. Anh ấy kiên nhẫn với tất cả nỗi sợ hãi của tôi, vì anh đã tha thứ cho tôi một lần và anh ấy yêu tôi đủ để chờ đợi cho đến khi tôi tốt nghiệp đại học.

Chỉ là tôi không còn là một kẻ hèn nhát nữa ...

Đồng hồ của tôi chỉ sáu giờ rưỡi.

"Toà thị chính sẽ mở cửa cho đến 7:00 vào tối thứ năm," Tôi đã nói, "và thẩm phán là một cựu chiến binh. Em thắc mắc là anh có muốn đi và thực hiện điều đó ngay bây giờ?

"Điều đó?" Josh hỏi, vẻ mặt anh bối rối.

"Kết hôn?" Tôi nói, giọng nói của tôi du dương lên với hy vọng.

Josh quàng tay anh ôm lấy tôi, với một âm thanh ở nửa chừng giữa tiếng run nức nở và tiếng cười, anh nói có.

~ Kết Thúc~

Các nữ thần Norns bởi H.L.M.

Các nữ thần Norn

Các nữ thần Norn tin rằng số phận con người được điều khiển với ba người khổng lồ Jotun. Những nữ thần Norn ngồi bên nhau dưới Dòng suối vận mệnh dưới gốc cây Yggdrasil, một cây thần lớn, và thường cùng với các tiên nữ Valkyrie. Họ quyết định vận mệnh con người bằng cách khắc những dấu hiệu thần vào thân cây, sau đó, dệt số phận con người vào tấm thảm.

Urðr, vị nữ thần lớn tuổi nhất, cai quản quá khứ. Tên của nữ thần có nghĩa là "Những gì đã qua."

Verðandi, ở tuổi trung niên, điều khiển hiện tại. Tên của cô ấy nghĩa là "Có thể đang xảy ra" hoặc là "Cái gì sẽ đến trong Hiện tại."

Skuld, vị thần trẻ nhất, kiểm soát "quy luật tất yếu" trong chữ Bắc u cổ, không có nghĩa là "tương lai". Tên của nữ thần nghĩa là "Nợ" hoặc là "Cái gì sẽ đến."

Người Bắc u tin rằng quy luật tất yếu, chứ không phải số phận, sẽ quyết định tương lai, và thời gian không thể được thay thế, nhưng đôi khi có thể thay đổi bằng phép thuật hoặc sức mạnh của ý chí.

Xin bạn một chút thời gian, ...

Bạn có hứng thú với quyển sách này không? Nếu có, tôi sẽ rất biết ơn nếu bạn có thể đến thăm trang web của những nhà sách bạn đã mua từ đó và để lại một lời nhận xét. Nếu không có khoản chi quảng cáo từ các nhà xuất bản thương mại lớn, hầu hết những quyển sách báo nhỏ đều không thể bù đắp chi phí in sách trừ khi ... độc giả như bạn để lại một lời bình luận nếu bạn thích quyển sách này.

Tham gia nhóm Reader của tôi

Nếu bạn muốn biết tin tức về những phát hành và bản dịch mới trong các tác phẩm của tôi, sao không đăng kí trên NEWSLETTER của tôi? Tôi hứa là sẽ không bao giờ gửi thư rác, giữ thông tin cá nhân của bạn bảo mật và sẽ luôn tạo nên điều thú vị.

Đây: https://wp.me/P2k4dY-18p

Sẽ rất tuyệt

Xem trước:
Người thợ đồng hồ - truyện ngắn

Giải Tiểu thuyết hay nhất 2014 - Lễ hội trực tuyến giải thưởng Words Best of the Independent eBook.

Bị bạn trai bỏ rơi vào đêm Giáng sinh, Cassie Baruch nghĩ rằng mọi nỗi đau của cô sẽ chấm dứt khi đâm xe vào một cây sồi cổ thụ. Nhưng khi một thiên thần cánh đen lộng lẫy xuất hiện và nói rằng *"Đây không phải mấy chyện tình yêu thần dị vớ vẩn đâu, nhóc ạ"*, cô nhận ra cái chết không thể giải quyết vấn đề của mình. Liệu Jeremiel có thể giúp cô xua đuổi bóng ma quá khứ và kết thúc mọi chuyện không?

"Rất hiếm khi có quyển sách nào làm tôi khóc nhưng quyển này đã làm việc đó theo một cách hoành tráng nhất. Cuốn sách có thông điệp của riêng nó, thứ được diễn tả với sự hài hước và duyên dáng. Rất tuyệt vời!" – Đánh giá của đọc giả.

"Cô ấy làm tôi lo lắng, và làm tôi rơi nước mắt. Và tôi rất, rất biết ơn phần kết của câu chuyện." – Đánh giá của đọc giả.

"Một quyển sách chạm đến trái tim tôi theo cách mà chưa quyển sách nào khác làm được!" – Đánh giá của đọc giả.

"Một lần nữa Anna lại biến chữ thành vàng. Bước ngoặc đen tối cho bài hát Giáng sinh thời hiện đại này thật tuyệt vời ..." – Đánh giá của đọc giả.

Có sẵn tại:
https://wp.me/P2k4dY-1mV

Xem trước: Thanh gươm của thần

Vào buổi sơ khai, hai kẻ thù cổ đại chiến đấu để giành quyền thống trị Trái đất. Một người đàn ông đã đứng lên để đấu tranh cho nhân loại. Một người lính mà ngày nay chúng ta vẫn nhớ tên...

Đại tá Lực lượng Đặc nhiệm Thiên thần Mikhail Mannuki'ili tỉnh dậy và bị thương nặng trong con tàu bị rơi của mình. Người phụ nữ cứu mạng anh ta có những khả năng có vẻ quen thuộc, nhưng vì đã mất hết ký ức, anh ta không thể nhớ tại sao! Con tàu của anh đã bị phá hủy và một cánh của anh đã vỡ nát, nên anh không còn lựa chọn nào khác ngoài việc tạm trú trong làng của cô.

Người của Ninsianna có những lời tiên tri về một người hùng có cánh, một Thanh kiếm của các vị thần, người sẽ bảo vệ người dân của cô chống lại Kẻ ác. Mikhail khẳng định anh ta không phải là á thần, nhưng những linh cảm đen tối của cô và khả năng sát phạt kỳ lạ của anh ta lại nói khác. Ngay cả khi không có những công nghệ đã bị phá hủy cùng với con tàu của mình, thanh kiếm mà anh ta mang theo vẫn là vũ khí hủy diệt hàng loạt trong mắt những người vẫn dùng gậy và đá. Khi những phụ nữ trẻ bắt đầu biến mất, Mikhail phải tổ chức người của mình để chiến đấu.

Ác ma thì thầm vào tai vị Hoàng tử muộn phiền. Một giống loài sắp diệt vong tìm cách thay đổi xu thế tuyệt chủng của họ. Hai vị hoàng đế, cố thủ trong hệ tư tưởng cổ xưa của họ, không thể nhìn thấy mối đe dọa lớn hơn. Khi những âm mưu gây chấn động nên thiên đàng, một thị trấn nhỏ bé ở Lưỡng Hà trở thành điểm khởi đầu cho câu chuyện viễn tưởng kể lại trường ca sử thi hào hùng nhất của nhân loại về cuộc chiến giữa thiện và ác, cuộc đụng độ của các đế chế và hệ tư tưởng, và siêu anh hùng vĩ đại nhất từng bước đi trên Trái đất. Tổng lãnh thiên thần Mikhail.

Quyển một của trường thiên "Thanh gươm của thần" bao gồm:
— Anh hùng sử thi: Tập 1x01 (tiểu thuyết ngắn)
— Thanh gươm của thần

"Cuốn tiểu thuyết này rất hay. Tôi thích sự pha trộn giữa thể loại khoa học viễn tưởng và giả tưởng. Rất khó để kết hợp hai thể loại này. Tuy nhiên, tác giả làm điều này một cách liền mạch. Tôi cũng thích khía cạnh lịch sử ẩn sau đó. Lỡ như thiên đàng, thiên thần và loài người sơ khai có thật nhưng họ bị lu mờ dần thành truyền thuyết và sau đó là thần thoại thì sao..." – Nhận xét của đọc giả

"Eric Van Daniken [Cỗ xe của các vị thần] gặp Chiến tranh giữa các vì sao! ... Hành động kết hợp lãng mạn, hài hước – thật là một cuốn sách thú vị để đọc. Và rất khó để bỏ xuống ..." – Nhận xét của đọc giả

"Thật là một cách thông minh để khai thác các nguyên mẫu thiên thần và ác quỷ ...rất nguyên bản và khi đọc là không dừng được..." – Nhận xét của đọc giả.

"Sách viết tốt. Phát triển nhân vật rất tuyệt vời. Nó sẽ khiến bạn nhấp nhỏm trên ghế và tự hỏi chuyện gì sẽ diễn ra tiếp theo..." – Nhận xét của đọc giả

Sẽ sớm ra mắt...

Biết thêm thông tin tại:
https://wp.me/P2k4dY-1n0

Về tác giả

Anna Erishkigal là một luật sư bồi thường, người viết những tiểu thuyết giả tưởng dưới một bút danh khác để những đồng nghiệp của cô không đặt vấn đề liệu những lời biện hộ pháp lí của cô cũng là tiểu thuyết giả tưởng không. Phần lớn luật pháp, cũng là giả tưởng kì lạ. Những luật sư chỉ là thích gọi nó "nhiệt thành đại diện cho thân chủ của bạn"

Nhìn thấy những mặt dưới đen tối của cuộc sống tạo nên những nhân vân tiểu thuyết thú vị. Với thể loại này bạn hoặc có thể muốn giam hãm, hoặc chạy về nhà và viết lại. Trong tiểu thuyết, bạn có thể gian lận mà không lo lắng gì về sự thật. Còn trong những lời biện luận pháp lí, nếu khách hàng nói dối bạn, bạn trông thật ngớ ngẩn trước toà. Ít nhất thì trong tiểu thuyết, nếu một nhân vật trở nên rắc rối, bạn luôn có thể loại bỏ ra.

Xin vui lòng liên hệ với tôi hoặc để lại phản hồi tại trang web của tôi. Tôi rất thích khi nghe lời nhận xét từ các bạn và trả lời lại!

!

Những quyển sách khác của Anna Erishkigal

Người thợ đồng hồ - truyện ngắn
Thần hộ mệnh bóng đêm

Sắp ra mắt!
Thanh gươm của thần

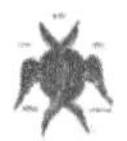

Thêm sách Việt Nam:
http://wp.me/P5T1EY-qs

www.ingramcontent.com/pod-product-compliance
Lightning Source LLC
Chambersburg PA
CBHW070513170726
48291CB00008B/2727

9781949763317